Colloquial
Vietnamese

Jenny
Your Vietnamese girl

The Colloquial Series

* Accompanying cassette(s) available

Colloquial
Vietnamese

A Complete Language Course

Tuan Duc Vuong and John Moore

London and New York

First published 1994
by Routledge
11 New Fetter Lane, London EC4P 4EE

Simultaneously published in the USA and Canada
by Routledge
29 West 35th Street, New York, NY 10001

Co-published in Thailand with Asia Books Co. Ltd.
5 Sukhumvit Road, Soi 61, Bangkok 10110

© 1994 Tuan Duc Vuong and John Moore

Typeset in Times Ten by Florencetype Ltd, Stoodleigh, Devon

Illustrations by Rebecca Moy

Printed and bound in England by Clays Ltd, St Ives plc

British Library Cataloguing in Publication Data
A catalogue record for this book is available from the British Library

Library of Congress Cataloging in Publication Data
A catalog record is available for this book on request

ISBN 0–415–09205–1 (book)
ISBN 0–415–09206–X (cassettes)
ISBN 0–415–09207–8 (book and cassettes course)

Contents

Introduction

CHINA

VIETNAM

Hanoi°

LAOS

Gulf of
Tonkin

South China

Sea

THAILAND

CAMBODIA

VIETNAM

Gulf of
Thailand

Thanh Phó°
Ho Chi Minh
(Saigon)

80 Km /50 miles

Vietnam

Vietnam is shaped like an elongated S and stretches the length of the Indochinese peninsula, bordering the China Sea in the east. It shares borders with China in the north, Laos and Cambodia in the west, and also encompasses a vast sea area including a string of thousands of archipelagos stretching from the Tonkin Gulf to the Gulf of Thailand; its coastline is dotted with beautiful beaches and unspoilt resorts. Vietnam has three principal regions, with the central region flanked by two rice-producing areas supplied by the rich alluvial deltas of the Red River in the north and the Mekong in the south. Mountains and forests make up more than three-quarters of the country's total area and there is a multitude of wildlife in its mountains, tropical forests, plains and plateaux.

The population

The present-day population of Vietnam is about 70 million. The origins of the Vietnamese people are mainly in China, the high plateaux of central Asia, and islands in the South Pacific. The first natives of Vietnam originated from several ethnic groups; the most important of these were the Lac, specialists in wet rice cultivation and inventors of the bronze drums, who inhabited the Red River Delta and the central regions and the Muong. The ethnic groups which followed in the fifth century BC were the Viet, who came mainly from the coastal and southern provinces of China. The Viet or Kinh form the majority (90 per cent) of the population, but more than fifty ethnic minorities inhabit the mountainous regions which cover almost two-thirds of Vietnam.

Viet Nam means the South (**Nam**) where the Viets live. In the course of its long history Vietnam has been known by many different names; it received its present name in 1945.

History

The history of Vietnam is the history of struggle against foreign domination lasting thousands of years.

Until the tenth century Vietnam was ruled largely by the Chinese. In 939, with the celebrated battle of Bach Dang, General Ngo Quyen vanquished the Chinese invaders and founded the first national dynasty. On the death of Ngo Quyen in 967, the kingdom fell into chaos with twelve feudal principalities constantly fighting each other. A succession of dynasties ruled the country until, after many periods of unrest, the country was finally partitioned at the Linh River, which marks the 18th parallel. In 1788 China sent an expeditionary corps to conquer the divided country, but the Chinese troops were defeated by the man who became Emperor Quang Trung in a whirlwind campaign. He then devoted his energies to national rehabilitation, administrative reorganization and economic development. Quang Trung replaced the classic Chinese Han with the popular Nôm as the official language.

In 1861 the French took Saigon. Six years later the entire southern part of the country, rechristened Cochinchina, was annexed as a French colony. Vietnam lost its independence in 1883 with the extension of French control to the north. In February 1930, Hồ Chí Minh founded the Indochinese Communist Party, which later formed the Revolutionary League for the Independence of Vietnam (Viet Minh). The August Revolution began on 16 August 1945, and this was followed by a decade-long war of resistance against the French. On 7 May 1954 the French base at Điện Biên Phủ suffered a major defeat. The war for independence ended on 20 July 1954, when the two sides signed the Geneva Agreement which divided the country at the 17th parallel. The North became the Democratic Republic of Vietnam and the South became the Republic of South Vietnam.

The beginning of 1965 marked the start of direct United States involvement in Vietnam as President Lyndon B. Johnson decided to send troops to Vietnam and bomb the North. The 1973 Paris Peace Agreement ended the United States involvement in Vietnam; the US troops pulled out of the country, but the two Vietnamese parties violated the agreement and continued the fighting. On 30 April 1975 the communist troops took over Saigon and the civil war was over. A number of countries in the west have large groups of Vietnamese immigrants.

The economy

Vietnam is basically an agricultural country and over 80 per cent of the population live in rural areas supported by agriculture, forestry and fishing. The principal crops are rice, sugar cane, fruit and vegetables, sweet potatoes and cassava, while the principal livestock are pigs, poultry, buffalo and cattle. Most of the country's mineral resources, the most important of which are coal, tin, copper, chromium ore and phosphate, are found in the North. Industry is also mainly concentrated in the North; the main industries are machinery, chemicals, construction materials, paper, food processing and textiles. It is hoped that in the future the oil industry will be high on the country's list of priorities.

The culture and the people

Vietnam is known as a land of culture and refinement and its people have the reputation of being industrious, graceful, orderly, skilful, adaptable and well educated. One of the most striking characteristics of the Vietnamese is their sense of tradition. The Confucian tradition left the Vietnamese with an acute sense of social relationships and high standards of politeness, and they are willing to help each other and love children. Also originating from Confucianism is the ancestor cult, which is the chief form of religious observance. Most Vietnamese houses have a place set aside in the main living room, where the ancestors are venerated.

Traditionalism also accounts for the great variety of customs and observances in Vietnam which do not belong to any particular religion but comprise some of the most picturesque features of Vietnamese life. Most of them are associated with the anniversaries or festivals which occur at various times during the year: one of the most colourful is the Autumn Festival, when mooncakes are made, children carry coloured lanterns and dragon dances are performed. Then there is the Feast of the Wandering Souls, restless spirits of the dead who have to be hospitably received during their brief return to the world. But the most important celebration in the Vietnamese calendar is the Lunar New Year, which now generally lasts for four days, although in former times it is said to have continued for a month. This is essentially a family celebration, the main feature of which is or should be a gathering of the whole clan at the house of the particular relative whose responsibility and prerogative it is to keep and preserve all the ancestral relics. There are numerous other traditional Vietnamese feasts and customs, to which the Vietnamese are greatly attached and which do much to enliven Vietnamese life. Perhaps it is they more than anything which give it the poetic quality which is part of the charm of Vietnam.

The Vietnamese language

Vietnamese is a mixture of Austro-Asiatic languages, sharing many similarities with the Mon-Khmer, Thai and Muong languages. Because of the Chinese influence during many centuries of Vietnam's history, the Vietnamese used the Chinese Han language as their official written language. In the spoken language, too, there are a lot of words and phrases originating from Chinese and co-existing with pure Vietnamese words. From the beginning of the twentieth century it has also incorporated words from some western languages such as French, English and Russian. In addition, Vietnamese is the main language for the whole Vietnamese nation and draws on the other dialects of the minorities in Vietnam. In this way present-day Vietnamese is a blend of several languages, ancient and modern, and has evolved through contact with other races. Although there are some regional forms of Vietnamese (and the accent of the North is different from that of the South), you can use the Vietnamese you learn with anyone from that country and with any of the overseas Vietnamese scattered around the world.

The Vietnamese written language has a different background. Because of thousands of years of Chinese domination and influence, the Vietnamese used Chinese characters known as **Chữ nho** as their official written language for many centuries. Chữ nho was not easy to learn, however, and only the Vietnamese scholars could use it, while nearly 99 per cent of the population were illiterate. The Vietnamese scholars realized the need for developing a separate written Vietnamese language, and several tentative attempts were made to modify the original Chinese characters: only under the rule of Emperor Quang Trung (1776–92) was the classic Chinese Han replaced by **Chữ nôm**, a kind of native adaptation of the Chinese writing system. (**Chữ** means word and **nôm** means prose which is easy to understand.) But in fact that kind of writing system was still very complicated, it never received official recognition and the Vietnamese intellectuals continued to use the Chinese calligraphic script.

The Vietnamese had to wait until 1548 before the new Vietnamese writing system was introduced by a French Jesuit missionary, Alexandre de Rhodes. He introduced the first Vietnamese alphabet, which was phoneticized using the Roman alphabet and was recognized by the Vietnamese as **Quốc ngữ**, the national language. Since then, Quốc ngữ has replaced the Chinese calligraphic script officially and has become a compulsory subject in schools.

The written form of the language, Quốc ngữ, is much easier for the Vietnamese themselves to learn. After the 1945 August Revolution in Vietnam there was a literacy campaign, and it took from three to six months for a Vietnamese adult to learn how to read and write the language. The alphabet does not present too many problems for the foreign learner, either. You will learn the alphabet, as well as the basic vowel and consonant sounds, in Lesson 1.

Syllables

Vietnamese is a monosyllabic language, with each word consisting of only one syllable although in a few cases polysyllabic words have been made by hyphenation. These polysyllabic words are known as **từ ghép** (compound words) as in **sơ-mi** ('shirt'), **thí-dụ** ('example'), **mục-đích** ('objective'), **phương-pháp** ('method'). In everyday use these words are often written without the hyphen.

The sounds of Vietnamese

Although all the consonants except one are written the same as in English, their distribution (their occurrence, either at the beginning or at the end in syllables) often differs from English, and their pronunciation differs in subtle but noticeable ways from the pronunciation of their English counterparts. Although some combinations of consonants can be difficult, the fact that a Vietnamese word is always based on only one syllable will help western learners to say the word easily.

For example, in English the word 'welcome' consists of two syllables. The Vietnamese equivalent, **hoan nghênh**, is separated into two words, each consisting of one syllable. This makes the task of saying and writing the five consonants in **nghênh** a little easier. The combination of consonants **ng**, which often comes at the beginning of a word as in the surname **Nguyễn**, is one of the other difficulties (fortunately there are not many) that Vietnamese consonants pose.

The tone system

Vietnamese is a tonal language. The tones are probably the most difficult part to learn. In English we use intonation to signal a question or attitude, for example, but in Vietnamese the tones change the meanings of individual words. You need to allow yourself a generous amount of time for practising this.

The writing system

The Vietnamese spelling system is by and large 'phonetic'. This means that one vowel letter or a combination of vowel letters can only be used to represent one distinct sound. For example: **ô** ('umbrella') (one vowel letter for one distinct sound), **ao** ('pond') (two vowel letters for one distinct sound).

Acronyms and abbreviations

The Vietnamese enjoy using consonants as abbreviations (**Ti-Vi**, for example). Abbreviations are often used for company names, or for some expressions which are very familiar to people but too long to say. For example, **Xã hội chủ nghĩa** means 'socialist' or 'socialism', but the Vietnamese use an abbreviation to replace this mouthful: **XHCN**. A common Vietnamese joke is that these initials actually stand for **xếp hàng cả ngày** ('stand in a long queue all day'). Some abbreviations are officially recognized by the Vietnamese: **VN**, for example, is often used to refer to Vietnam.

Learning Vietnamese

We have pointed out in this introduction some of the difficulties in learning Vietnamese. However, as long as you keep up your interest in learning the language these should not prove obstacles. Interest is in fact the key – the more you can enjoy your study and make it an interesting experience for yourself, the easier you will find it. Set yourself regular targets and challenges and check your progress regularly to keep yourself up to the mark.

You will find plenty of novelties and features of the language to interest you. Many people remark, for example, that Vietnamese is a musical language. You will hear this yourself in the use of the tones and rhythm. Vietnamese grammar is very straightforward; there are no declensions or cases or even tenses as are found in European languages. And the words themselves are simpler than in many other languages. Among the most important features of Vietnamese are the ways of expressing politeness. You will encounter a number of terms to express politeness and show your respect. These polite expressions are very difficult to translate into English, but you will gradually get a feel for their use. The forms of addressing people in Vietnamese are also an important feature of the language and express the culture of the country. The pronouns in Vietnamese are richer than in many other languages. In languages such as English you can use the pronouns 'you', 'I' and 'me' to talk to anyone, but in Vietnamese you must choose pronouns that are suitable for the situation, according to such things as age, social status and how well you know someone. For example, the English 'I' can be **tôi, ta, tao, ông, bà, bác, chú,** etc. in Vietnamese depending on whom you are talking to.

As we mentioned above, Vietnamese is a 'blended' language which incorporates many words from other languages, especially Chinese, French, English and Russian. There are innumerable loan-words from Chinese such as **độc lập** ('independence'), **tự do** ('freedom') and **hạnh phúc** ('happiness'). There are also quite a lot of words which have been taken from French, such as **Ăng-lê** ('English'), **ga** ('railway station'), **ô-ten** ('hotel'), **sơ-mi** ('shirt'), **xà-phòng** ('soap'). More recently a large number of words have arrived from English, such as *TV, computer, radio, bar, visa, form* and *police.* You can say these words with an English pronunciation and the Vietnamese will understand what you are saying.

Students of Vietnamese

This book is designed to be used by adult students in college or evening classes or by people who are studying for the purposes of tourism and business, or out of cultural or linguistic interest. The course book could take the learner from complete beginner to limited proficiency, enough to converse in a range of common situations.

The situations introduced cover:

- Meeting people socially
- Travel and tourism
- Meeting people for business or professional purposes.

Our aim is to help learners to be exposed to up-to-date language used realistically in common situations, to be able to command the basic structures and everyday vocabulary of the language, and to pick up the most useful colloquial expressions in the shortest possible time. We have selected the most useful colloquial language combined with a systematic presentation of grammar and presented seventeen separate lessons which are accompanied by English translations.

The pronunciation and the grammar systems should be learned practically by way of everyday vocabulary and dialogues.

This book

The book consists of seventeen lessons, each containing dialogues to present everyday colloqual Vietnamese. Vietnamese grammar is explained step by step and the learner is shown how to use the language in real situations. We have also prepared a number of very practical exercises to give ample practice in writing and speaking. Tapes are also available and provide valuable opportunities for improving your ability to understand spoken Vietnamese. There is also a key to the exercises at the back of the book to help you to check the work you have done. The book also includes a summary of grammar points introduced that you can refer to when you need to review what you have learnt. Finally, the book contains English–Vietnamese and Vietnamese–English glossaries.

The authors have tested and refined some lessons of this book with the co-operation of the students of the School of Oriental and African Studies, University of London, as well as with students of evening classes in London and diplomats learning Vietnamese in the Foreign and Commonwealth Office in London.

The authors

The book has been written by Tuan Duc Vuong , Lecturer in Vietnamese Language at the School of Oriental and African Studies, University of London, and John Moore, Director of the Diplomatic Service Language Centre of the Foreign and Commonwealth Office in London. The authors would like to thank the publishers, Routledge, and all those who have contributed and will contribute to improving the book.

Tuan Duc Vuong and John Moore
London, June 1994

1 Bảng chữ cái và hệ thống ngữ âm

The alphabet and sound system

The Vietnamese alphabet

Most of the letters used in the Vietnamese alphabet are the same as the Roman alphabet. There is one consonant letter, **Đ**, which is different. There are also three diacritics which are used with some of the vowels to change vowel quality, **ă, â, ê, ô, ơ, ư**; there are then separate diacritics to mark the different tones:

A B C D Đ E G H I K L M N O P Q R S T U V X Y
a b c d đ e g h i k l m n o p q r s t u v x y
Vowels (**nguyên âm**): a e i o u y (6)
Consonants (**phụ âm**): (17)

Vietnamese follows much the same alphabetical order as English. Letters without diacritics precede ones that have been modified by a diacritic. The diacritics distinguishing vowel quality also have their own order. So the basic alphabetical order is as follows:

a ă â e ê i   o ô ơ u ư   a á à ả ã ạ   e é è ẻ ẽ ẹ

The sound system

Consonants

The following table shows the Vietnamese consonant sounds and their English equivalent:

[b] **b** as in **ba** [ba]

[c] **k** as in **ca** [ka]

[ch] **c** as in **cha** [ca]

[d] **z** as in **da** [za]

[n] **n** as in **na** [na]

[ng, ngh] **ŋ** as in **nga** [ŋa], **nghe** [ŋɛ]

[nh] **n** as in **nha** [na]

[ph] **f** as in **pha** [fa]

[d] **d** as in **đi** [di]

[g, gh] **g** as in **ga** [ga], **ghe** [gɛ]

[gi] **j** as in **gia** [ja]

[h] **h** as in **ha** [ha]

[k] **k** as in **ke** [kɛ]

[kh] **x** as in **kha** [xa]

[l] **l** as in **la** [la]

[m] **m** as in **ma** [ma]

[qu] **kw** as in **qua** [kwa]

[r] **r** as in **ra** [ra]

[s] **s** as in **sa** [sa]

[t] **t** as in **ta** [ta]

[th] **θ** as in **tha** [θa]

[tr] **tr** as in **tra** [tra]

[v] **v** as in **va** [va]

[x] **s** as in **xa** [sa]

Vowels

Vowel sounds are more complicated as they vary according to the position of the vowel in the syllable. Here are the main vowel sounds and their English equivalent:

[ah] **a** as in **anna** [anna] **nam** [nam] **Viet**[nam]

[air] **e** as in **e** [air] **em** [em]pathy

[e] **i** as in **in** [in] **ing** [ing] **ning ninh** [ning] **mor**[ning]

[ɔ] **o** as in **on** [on] **mo** [mo]rning

[wu] **u** as in **u** [wu] [woo]

[e] **y** as in **y** [e] **ny** [ni] **mo**[ney]

Exercise 1

Read the following:

ai	who
đi	go
ai đi	who goes
mua	buy
cam	orange
ai đi mua cam	who goes to buy oranges
anh	young man, you (for a young man), older brother
nam	south
vui	happy
ai vui?	Who (is) happy?
Anh Nam vui	Mr Nam (is) happy

A brief description of the tones 🔘

There are six tones in Vietnamese:

ma	(unmarked) mid level tone
má	high rising tone (**dấu sắc** sharp)
mà	low falling tone (**dấu huyền** hanging)
mả	low rising tone (**dấu hỏi** questioning)
mã	high broken tone (**dấu ngã** falling)
mạ	low broken tone (**dấu nặng** heavy)

Note: the tones marks are used with the vowels only.

The tones marks change the pronunciation of the vowels: **ma má mà mả mã mạ** all have different sounds.

Here are some vowel marks which form some more vowels: **a ă â, e ê, o ô ơ, u ư**.

Exercise 2

Try saying these syllables with the appropriate tone:

ta   te tê   to tô tơ   tu tư
ta tá tà tả tã tạ   tăm tắm tằm tẳm tẵm tặm
tâm tấm tầm tẩm tẫm tậm
be bé bè bẻ bẽ bẹ   bê bế bề bể bễ bệ
co cô cơ cu cư   cô cố cồ cổ cỗ cộ   cơ cớ cờ cở cỡ cợ
mu mư   mú mù mủ mũ mụ   mư mứ mừ mử mữ mự
ban bán bàn bản bạn   bân bấn bần bẩn bẫn bận

So **ban bàn bán bạn bấn bần bẩn bận** with different tones and vowels form different words. For example:

ban	section, department	**bấn**	extremely busy
bàn	table, discuss	**bần**	poor
bán	sell	**bẩn**	dirty
bạn	friend	**bận**	busy

Exercise 3

Try to read the Vietnamese words then translate the meanings of the sentences.

1 **tôi** I   **là** to be   **Nam** South, name of a Vietnamese person
Anh là ai? Tôi là Nam.

2 **đi** go   **đâu** where   **bán** sell **cam** orange
Anh đi dâu? Tôi đi bán cam.
3 **làm** to do, work   **nhà** house   **ở** in   **băng** bank
Ai làm ở nhà băng? Tôi làm ở nhà băng.
4 **gì** what   **tên** name
Anh tên gì? Tôi tên là Nam.

Syllables

Vietnamese words consist of only one syllable. For example:

tiếng   language   **Việt Nam**   Vietnam

Exercise 4

Read the words, then translate the sentences into English.

Việt Nam   Vietnam
Anh   England, Britain, older brother, you, Mr (for a young man),
                 your
nước   water, country
Mỹ   America

1 Nước tôi là Việt Nam.
2 Nước tôi là nước Anh.
3 Nước anh là nước Mỹ.

4 Ai đi mua nước cam?
5 Tôi đi mua nước cam.
6 Anh Nam đi mua nước cam.

7 Anh đi đâu?
8 Tôi đi nhà băng.
9 Anh đi nhà băng làm gì?
10 Tôi đi nhà băng đi làm.

11 Anh đi đâu?
12 Tôi đi Mỹ.
13 Anh đi Mỹ làm gì?
14 Tôi đi Mỹ đi làm.

15 Anh tên gì?
16 Tôi tên là Nam.
17 Anh tên là gì?
18 Tên tôi là Nam.

2 Đến Hà Nội

Arriving in Hanoi

By the end of this lesson you should be able to:

- use simple greetings
- introduce yourself and someone else
- form some simple statements and questions using the verb 'to be'
- express possession
- use some common adjectives to describe things

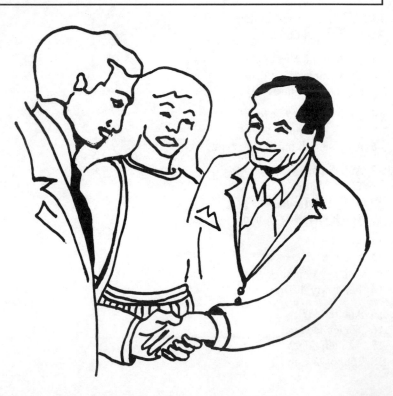

Meeting someone for the first time
Ban đầu gặp gỡ ⚏

Andrew Bond and Anna Dean are going to work in Vietnam. On their arrival at Hanoi airport they are met by Mr Tran Hoan of the Vietnamese Foreign Ministry

ÔNG HOÀN: Chào ông, chào cô. Tôi là Trần Hoàn. Rất hân hạnh được gặp ông và cô.
ÔNG ANDREW: Chào ông Trần Hoàn. Tên tôi là Bond. Đây là bạn tôi, cô Anna Dean.
CÔ ANNA: Chào ông Trần Hoàn. Rất hân hạnh được gặp ông.
ÔNG HOÀN: Cám ơn cô. Cô và ông mạnh khoẻ không?
ÔNG ANDREW: Cám ơn ông. Chúng tôi khoẻ.
ÔNG HOÀN: Cô Anna, cô có mệt không?
CÔ ANNA: Cám ơn ông. Tôi không mệt lắm.
ÔNG HOÀN: Thưa ông và cô, đây là vợ tôi.
CÔ ANNA: Rất hân hạnh được gặp bà.

MR HOAN: *Good morning, Sir. Good morning, Miss. I am Tran Hoan. I am very pleased to meet you.*
ANDREW: *Good morning. Thank you. My name is Bond. This is my friend Anna Dean.*
ANNA: *Good morning, Mr Tran Hoan. I am very pleased to meet you.*
MR HOAN: *Thank you. How are you?*
ANDREW: *We are fine, thank you.*
MR HOAN: *How about you, Miss Anna. Are you tired?*
ANNA: *Thank you. I'm not very tired.*
MR HOAN: *Miss Anna, Mr Andrew, this is my wife.*
ANNA: *I am very pleased to meet you.*

Vocabulary

ông	Mr	mệt	tired
cô	Miss	rất, lắm	very
bà	Mrs	là	to be
chào	to greet, to say hello	được	to be able to, can
cám ơn	thank you	gặp	to meet, see
hân hạnh	pleased, honoured	tôi	I
tên	name	chúng tôi, chúng ta	we
mạnh khoẻ	well	và	and

đây, này	this	**bạn**	friend
vợ	wife	**có**	yes, to have to be
không	no, not, don't (question		(followed by adjective)
	or negative marker)	**thưa**	(polite form of address)

Language points

Adjectives as subject complements

Tôi mệt.	I am tired.
Tôi khỏe.	I am fine, well.
Tôi mạnh.	I am fine, well.
Tôi mạnh khỏe.	I am fine, well.
Chúng tôi khỏe.	We are well.
(subject – subject complement)	(subject – be – subject complement)

In the above example the adjective 'tired' refers to or complements the subject 'I'. In English we use the verb 'to be' to link a subject and its complement. Vietnamese does not need a verb to link them – as you can see in the example. Here is another example:

Bạn tôi mệt.	My friend is tired.
Bạn tôi khỏe.	My friend is well.
Chúng tôi khỏe.	We are fine.

To make the sentence negative, put **không** before the adjective:

Tôi _không_ mệt.	I am _not_ tired.
Cô Anna _không_ khỏe.	Miss Anna is _not_ well.

The simplest way of asking a yes/no question is with **có** . . . **không**:

_Cô_ có mệt _không_?	_Are you_ tired, Miss?
Ông _có_ khỏe _không_?	How _are you?_ (Are you well or not?)

Subject and possessive pronouns

You will notice that the subject pronoun **tôi** ('I') is also used for the possessive 'my'. The other pronouns work in the same way. You will meet these in later lessons.

là	to be
thầy giáo	teacher (male)
cô giáo	teacher (female)

Tôi là Trần Hoàn.	*I* am Tran Hoan.
Tôi là thầy giáo.	*I* am a teacher.
Andrew Bond là thầy giáo.	Andrew Bond is a teacher.
Andrew Bond và Tony White là thầy giáo.	Andrew Bond and Tony White are teachers.
Bạn *tôi* là cô giáo.	*My* friend is a teacher.

Là connects the subject with a subject complement consisting of a noun or noun phrase. Notice in the above examples that it does not change its form. In Vietnamese verbs do not change according to number, person or tense. You will notice that the singular and plural forms of the noun 'teacher' are also the same. You will find out more in later lessons about plural forms.

Negatives with là

Tôi *không phải là* thầy giáo.	I *am not* a teacher.
Cô ấy *không phải là* vợ tôi.	She *is not* my wife.
Ông Bond *không phải là* bạn tôi.	Mr Bond *is not* my friend.

Notice that **không phải** comes before **là**.

Yes/No questions with là

We have already seen how to ask a question using **có** . . . **không**. We can also use **phải** . . . **không** to ask questions:

Ông là thầy giáo *phải không*?	You are a teacher, *aren't you*?
Đây là vợ ông *phải không*?	This is your wife, *isn't it*?

So put **phải không** at the end of a statement and you will have a question:

Ông là thầy giáo.	You are a teacher. (*statement*)
Ông là thầy giáo + *phải không*?	Are you a teacher? (*question*)

Here is another example:

Cô là **Anna**.	You are Anna. (*statement*)
Cô là **Anna** *phải không*?	Are you Anna? (*question*)

Questions with **phải** . . . **không** are more insistent than those with **có** . . . **không**. They are roughly equivalent to 'Are you . . . or not?' or 'You are, aren't you?'

Now compare **phải không** and **có** . . . **không**:

Cô *có* mệt *không*?	(The speaker wants to know simply whether you are tired or not.)

Cô mệt *phải không*?   (The speaker would like to be sure because, for example, you look tired.)

Both of the question forms in Vietnamese can be translated by the simple question: 'Are you tired?' For example, to ask 'Is this your wife?' you can say either: **Đây là vợ ông phải không?** or **Đây có phải vợ ông không?** However, you will have to judge the exact meaning of the question from the context.

Forms of address

Thưa shows respect towards the person you are addressing.
Ông is used with the first name (e.g. Mr John) or is used on its own rather as we use 'Sir'.
Cô is used in the same way to refer to unmarried women.
Bà is used to refer to married women or women to whom you wish to show particular respect.

Introductions

To introduce yourself:

Tôi là . . .	I am . . .
Tên tôi là, Tôi tên là . . .	My name is . . .

Introducing someone else:

Đây là bạn tôi.	This is my friend.
Đây là Andrew Bond.	This is Andrew Bond.

Greetings

Chào, like 'hello', can be used at any time of day.

Chào ông, Chào bà, Chào cô. Hello.

In Vietnamese greetings we don't have such expressions as 'good morning', 'good afternoon', as in English. So you can say **chào** at any time.

Tôi *vui mừng được* gặp ông (bà, cô).   I am *pleased* to meet you.

The literal meaning of **vui** is 'pleased'. **Vui mừng** can also mean 'to be happy' or 'to enjoy something'.

In this lesson we use **hân hạnh gặp ông**. The literal meaning is 'honoured to meet you'. You use this form to greet guests or someone you respect.

Ông có khỏe không?	How are you? (Are you well?)
Tôi rất khỏe. Cám ơn.	I am very well, thank you.

We can use **khỏe**, **mạnh** or **mạnh khỏe**, **khỏe mạnh** to ask:

Ông có khỏe không?	**Ông có mạnh khỏe không?**
Ông có mạnh không?	**Ông có khỏe mạnh không?**

They all mean the same as: 'How are you?' (**Khỏe** and **mạnh** also mean strong.)

Exercises

Exercise 1

viên chức	official
Bộ Ngoại Giao	Foreign Ministry (*lit.* Ministry External Relations)
viên chức ngoại giao	Foreign Ministry Official
nhà ngoại giao	diplomat
chồng	husband

Using the language you have learnt, find as many ways as you can to introduce:

1 yourself
2 your friend Joan Harris who is a diplomat
3 your friend Steve Chambers who is a teacher
4 your husband/wife
5 your two friends James and Karen who are diplomats
6 your teacher, Miss Huan
7 your friend Jo who is an official of the Foreign Ministry

Exercise 2

Write a dialogue between John, an American diplomat, and Kien, a Vietnamese teacher who has arrived in London. John greets Kien and makes one or two polite enquiries.

Exercise 3

You are at a party and are curious about some of the people there. How would you ask your friend if someone is:

1 a teacher
2 a diplomat
3 Mr Tran Hoan
4 an official of the Foreign Ministry

Exercise 4

You suspect that the person talking to you at a party thinks you are some-
one else. Tell them that you are not:

1 a diplomat
2 a teacher
3 Andrew Bond

Now tell them that the person standing near you is not:

4 your wife/husband
5 your friend
6 Anna Dean
7 your teacher

Exercise 5

bận   busy

Your Vietnamese friend wants some help. How would you tell him:

1 you are very busy
2 you are very tired
3 your friend Anna is busy
4 your friends James and Karen are very tired
5 you and your friends are busy/tired

Exercise 6

You would like some help. How would you ask your Vietnamese friend
if:

1 he/she is busy/tired
2 his/her friend Mr Lê is tired/busy
3 his/her friends Miss Tran and Miss Vu are tired/busy

Exercise 7

Use this table to make as many sentences as you can.

vợ		mệt
bạn	tôi	bận
chồng		viên chức
Cô Anna	là	nhà ngoại giao
Ông Andrew		thày giáo
Tôi		cô giáo
		bạn tôi

Exercise 8

1 Write as much as you can about these people:
   a) Miss Tran is an official of the Foreign Ministry, where she teaches English. She works twelve hours a day and looks really run down.
   b) Mr Lê and Mr Tran are officials of the Foreign Ministry. There is not much work in their department so they are able to leave early every day.
2 Write a short dialogue between Miss Tran and Mr Lê.

Exercise 9

Translate the following sentences.

1 My wife is a teacher.
2 My husband is very tired.
3 My friends are very busy.
4 My friends are officials of the Foreign Ministry.
5 My husband is not a teacher.
6 My friends are not very tired.
7 Is Jo an official of the Foreign Ministry?

Tone practice ▣

As you will remember from the Introduction, Vietnamese is a tonal language. It uses six tones:

mid	*high rising*	*low falling*	*low rising*	*high broken*	*low broken*
ta	**tá**	**tà**	**tả**	**tã**	**tạ**

Practise repeating these words. Don't worry about the meaning.

ban bán bàn bản bãn bạn
cam cám càm cảm cãm cạm
tôi tối tồi tổi tỗi tội

kho khó khò khỏ khõ khọ
khô khố khồ khổ khỗ khộ
manh mánh mành mảnh mãnh mạnh
khoe khoé khoè khoẻ khoẽ khọe

Tìm hành lý của bạn 🔘

Andrew talks to Mrs Hoan and gets a little worried about his suitcase

BÀ HOÀN:	Thưa ông Bond, ông là thầy giáo phải không?
ANDREW:	Thưa bà không, Tôi là viên chức ngoại giao.
BÀ HOÀN:	Nhà tôi cũng là viên chức ngoại giao. Có phải đây là va-li cuả ông không, thưa ông Bond?
ANDREW:	Thưa không phải. Va-li cuả tôi không có ở đây.
BÀ HOÀN:	Xin lỗi. Sân bay Hà Nội không được hiện đại lắm. Cô có va-li không, cô Anna?
ANNA:	Thưa bà, không.
ANDREW:	Ô, va-li cuả tôi kia. Cái to ấy.

MRS HOAN:	*Are you a teacher, Mr Bond?*
ANDREW:	*No. I'm a diplomat.*
MRS HOAN:	*My husband is a diplomat, too. Is this your case, Mr Bond?*
ANDREW:	*No, that's not my case. My case isn't here.*
MRS HOAN:	*I'm sorry. Hanoi airport is not very modern. Do you have a case, Miss Anna?*
ANNA:	*No, I don't.*
ANDREW:	*Oh, there's my case. The big one.*

Vocabulary

cũng	too, also, as well	**kia, ở kia, đó, ở đó**	there, over there
va-li	suitcase	**to, lớn**	big
đây, ở đây	here, in here	**cuả**	belong to, property,
sân bay, phi trường	airport		belongings
		cái	classifier for things
hiện đại	modern		(**cái va-li**)
có	have, yes	**ấy**	that

Language points

Here/there (đây/kia or ở đây/ở kia, đó, ở đó)

This/that (này/kia or đây/kia, đó, ấy)

Đây là va-li cuả tôi.	*This* is my suitcase.
Va-li cuả tôi *đây*.	My suitcase is *here*.
Cái va-li *này* cuả tôi.	*This* suitcase is mine.
Kia là cô Anna, bạn tôi.	*That* is Anna, my friend.
Cô Anna *kia* (*kià*).	Anna is over *there*.
Đó là cô Anna.	*There* is Anna.

The difference in meaning between **đó** and **kia** is very slight. **Kia** usually refers to something you can see; **đó**, **ấy** can refer to something which may or may not be visible. For example:

Tôi không gặp cô *ấy* (cô *đó*).	I haven't seen her (*that* girl).
Cái va-li *kia* là cuả tôi.	That case over *there* is mine.
Va-li *đó* (*ấy*) là cuả cô Anna.	That case (*the one you just mentioned*) is Anna's.

Có ('yes, to be, to have')

Cô Anna, cô *có* mệt không?	*Are you* tired, Miss Anna?
Ông *có* va-li không?	*Do you have* a suitcase?
Có, tôi có.	*Yes*, I have.
Không, tôi không *có*.	No, I don't (*have*).

Describing things

Sân bay Hà Nội không to và không hiện đại.	Hanoi airport is not big and not modern.
Phi trường Tân Sơn Nhất cũng không to và không hiện đại.	Tan Son Nhat airport is not big and not modern either.
Sân bay Heathrow rất to và rất hiện đại.	Heathrow airport is very big and modern.
Sân bay Los Angeles cũng rất lớn và hiện đại lắm.	Los Angeles airport is very big and modern too.

Notice that **cũng** in negative form must be translated as 'either'.

Referring to people

Notice that **anh ấy** ('he') is used to refer to a young man; **ông ấy** ('he') refers to a middle-aged man or simply gentleman; **cô ấy** ('she') refers to girls, and **bà ấy** ('she') means 'lady, madam'.

Exercise 10

nhà	house	Bộ Giáo Dục	Ministry of Education
giáo dục	education	khách sạn, ô ten	hotel

Your Vietnamese friend is giving you a guided tour round Hanoi in his car. How would he point out:

1 Hanoi
2 the airport
3 his house
4 the Foreign Ministry
5 the Ministry of Education
6 his friend's house
7 the Hilton Hotel

Exercise 11

nhỏ, bé   small

Respond to what your friend says in Exercise 10 by saying whether each is big/small/ modern.

Exercise 12

xe hơi, ô tô   car

You are curious about your friend, who lives in Đà Nẵng. Ask him if:

1 he has a house
2 he has a wife
3 he has a car
4 Đà Nẵng has an airport
5 his friend Sally has a husband (**chồng** = 'husband')

Vocabulary building

Vietnamese often puts words together to form new ones:

bay	to fly
sân	the court of a building or yard
sân bay	airport
máy	machine
chữ	word
máy chữ	typewriter
nhà, người	(used to indicate a person)
ngoại giao	diplomat, diplomatic
nhà ngoại giao	diplomat

Exercise 13

Match the Vietnamese word on the left with its English equivalent on the right.

tính	to count
chữ	word
máy tính	typewriter
máy chữ	Ministry of Education
người khách	guest
khách sạn	hotel
Bộ Ngoại Giao	teacher
nhà ngoại giao	education
thày giáo, cô giáo	Ministry of Foreign Affairs
giáo dục	diplomat
Bộ giáo dục	calculator
máy bay	aeroplane

Chào hỏi vã giới thiệu ▢▢

Mrs Vu has gone to the airport to meet Joe Fraser from Australia

BÀ VU: Chào ông. Ông Khỏe không?
JOE: Cám ơn bà. Tôi khỏe lắm. Còn bà thế nào?
BÀ VU: Tôi cũng khỏe. Cám ơn ông.
JOE: Ông nhà thế nào, có khỏe không?

BÀ VŨ:	Nhà tôi cũng khoẻ. Cám ơn ông.
JOE:	Ông nhà có đây không?
BÀ VŨ:	Thưa không. Nhà tôi bận lắm.
JOE:	Đây là bạn tôi. Cô Jane Seymour.
JANE:	Chào bà.
BÀ VŨ:	Tôi rất vui mừng được gặp cô. Cô là viên chức ngoại giao phải không, cô Seymour?
JANE:	Thưa bà không. Bạn tôi là viên chức ngoại giao. Còn tôi là cô giáo.
BÀ VŨ:	Cô có mệt không, cô Seymour?
JANE:	Dạ có. Tôi mệt lắm.
BÀ VŨ:	Có phải va-li cuả ông đây không, ông Fraser?
JOE:	Dạ, không phải.
BÀ VŨ:	Có phải cái va-li to không?
JOE:	Thưa bà, cũng không phải.
BÀ VŨ:	Có phải cái va-li nhỏ này không?
JOE:	Không, cũng không phải.
HÀNH KHÁCH:	Xin lỗi. Có phải va-li cuả ông đây không?
JOE:	Dạ, phải. Đó là va-li cuả tôi.
HÀNH KHÁCH:	Ông cầm nhầm va-li cuả tôi. Tôi cầm nhầm va-li cuả ông.
BÀ VŨ:	Tốt rồi. Ta đi thôi.

Vocabulary

xin lỗi	Excuse me!	**thôi**	just, only, that is, OK
cầm nhầm	to take by mistake	**dạ**	(polite expression, means
tốt rồi	Oh good, OK now		'yes, OK', but sometimes
tốt	good		is just used to acknowl-
rồi	already		edge politely what
ta	we		someone has said)
đi	to go	**còn**	also, how about

Exercise 14

Find out as much as you can about:

1 the person Joe is with
2 Mrs Vu's husband
3 Joe's luggage

3 Đến khách sạn

Going to the hotel

By the end of this lesson you should be able to:

- express future time
- express distance and location
- use the numbers from 1 to 20
- use imperatives to make a request or invitation
- ask questions with **thì sao**
- ask questions about locations
- answer the questions you have learnt

Chuẩn bị đến khách sạn 📼

Andrew and Anna are ready to leave the airport. They need to find out about their hotel and the arrangements for their luggage

ÔNG HOÀN: Bây giờ xin mời cô và ông về khách sạn.
ANDREW: Thưa ông, khách sạn có xa lắm không?
ÔNG HOÀN: Thưa ông, không xa lắm. Cách sân bay Hà Nội khoảng chừng hai mươi cây số.
ANNA: Thưa ông, còn hành lý thì sao?
ÔNG HOÀN: Thưa cô, chúng tôi sẽ chuyển về khách sạn cho cô và ông.
ANNA: Cám ơn ông nhiều lắm.
ÔNG HOÀN: Cám ơn cô.

MR HOAN: *Now, please come (with me) to the hotel.*
ANDREW: *Is it very far?*
MR HOAN: *It's not very far. The hotel is about 20 kilometres from Hanoi airport.*
ANNA: *What about the luggage?*
MR HOAN: *We will take it to the hotel for you.*
ANNA: *Thank you very much.*
MR HOAN: *Thank you.*

Vocabulary

bây giờ	now	chuyển	to take, transfer, move
xin mời	please (*lit.* to beg to invite)	chuyển về	to take to, transfer, move to
về, đến	to come, go, come back, go back, arrive	nhiều	much, many
		cách	distance from
hành lý	luggage	xa	far
sẽ	will	khoảng chừng	about
còn	also	cây số	kilometres
thì sao	what about, how about		

Language points

Imperatives

We have introduced two new verbs in this dialogue: **về** and **chuyển**.
Verbs in Vietnamese do not change according to number, person or tense.

In other words the form of the verb in 'they went' (**về**) is exactly the same as in 'I go'. At least this aspect of Vietnamese grammar should not give you too much difficulty! The imperative form is the same as the infinitive. We can use the imperative form to indicate an invitation or a request:

Xin mời về (đến) khách sạn.	Please come to the hotel.
Xin chuyển hành lý về khách sạn.	Please take the luggage to the hotel.

Sẽ *expressing the future*

Chúng tôi *sẽ* chuyển hành lý về khách sạn.	We *will* take the luggage to the hotel.

We have already seen that there are no tenses in Vietnamese. Whether a sentence refers to the past, present or future depends on the context and on the presence of such time words as 'yesterday', 'tomorrow', etc. There are, however, two tense markers in Vietnamese. **Sẽ** indicates future time and **đã** past time. We will practise **đã** in Lesson 5.

Future sentences can be used, as in the example above, to make an offer or simply to predict what will happen:

Tôi *sẽ* rất bận.	I *will* be very busy.
Tôi *sẽ* là thầy giáo.	I *will* be a teacher.

Questions with thì sao, sao

Thì sao is a useful way of asking questions. You can use it to change the topic you are talking about or when you are not sure how to say something exactly.

Còn hành lý *thì sao*?	*What about* the luggage?
Còn Anna *thì sao*? Cô ấy khoẻ không?	*What about* Anna? Is she well?

Expressing distance (1)

Nhà tôi *cách xa* sân bay.	My house *is far* from the airport.
Nhà tôi *cách* sân bay *không xa*.	My house *is not far* from the airport.

Asking whether something is far

Khách sạn có *xa* không?	Is the hotel far?
Không, không *xa* lắm.	No, not very far.

Saying how far something is

Sân bay cách Hà Nội khoảng chừng hai mươi cây số.
The airport is about 20 kilometres from Hanoi. (*lit.* airport from Hanoi about 20 kilometres)

The numbers from 1 to 20

một,	hai,	ba,	bốn,	năm,	sáu,	bảy,	tám,	chín,	mười,
1	2	3	4	5	6	7	8	9	10

mười một,	mười hai,	mười ba,	mười bốn,	mười lăm,
11	12	13	14	15

mười sáu,	mười bảy,	mười tám,	mười chín,	hai mươi.
16	17	18	19	20

Notice that 15 is **mười lăm** (not **mười năm**), 20 is **hai mươi** (not **hai mười**).

Vocabulary notes

nhà

We have seen **nhà** used in the phrase **nhà ngoại giao** to indicate a person (a diplomat). It can also mean 'house' as in:

nhà tôi	my *house*
Tôi ở nhà.	I am at *home*.

If used on its own to refer to a person it means 'husband' or 'wife'. Out of context this could be ambiguous but you will probably be able to spot whether a Vietnamese woman is referring to her husband or to her house!

Later in this lesson we will see it used in noun compounds to refer to a building or room.

chuyển về

You have seen these words used separately as verbs and also that **chuyển về** together means to take something somewhere. They have the particular meaning of taking something where you will be staying (to the hotel, in this case). If you do not want to express this idea you would use **chuyển đến**.

Exercise 1

How would you offer to take someone to:

1 the airport
2 the Foreign Ministry
3 the Sun hotel
4 Hanoi
5 your house

Notice that you should use the verb **đưa** 'to take a person':

đưa ra sân bay	to *take* to the airport
đưa đến Bộ Ngoại Giao	to *take* to the Foreign Ministry
chuyển	to take something
chuyển hành lý	to take luggage

Exercise 2

How would you ask someone to take your luggage/suitcase/friend/wife/husband to the same places?

Note: as in Exercise 1, you should use verbs **đưa** for taking someone to a place and **chuyển** or **đưa** for taking luggage, suitcases. You also should to be polite use **xin** ('please') when asking someone to do it for you. For example

Xin ông đưa nhà tôi đến	Please take my wife to the Foreign
Bộ Ngoại Giao.	Ministry.

Exercise 3

Example: **Còn cô Karen thì sao, cô ấy khỏe không?**
Use **thì sao** to ask Mr Huan whether:

1 he is well/busy/tired
2 James and Karen are busy/tired/well

3 the airport is far/modern
4 his wife is well/busy/tired
5 the hotel is big/modern

Exercise 4

1 Ask your Vietnamese friend whether:
   a) the airport is far from where you are
   b) the airport and the hotel are far from each other
2 Now give the distance of each place, first from where you are and then from each other.

Exercise 5

Translate this message to help a Vietnamese friend who is arriving at Orly airport.

My friend Mr Bond will meet you. The airport is about 18 kilometres from Paris. Mr Bond will take your luggage to the hotel. The hotel is about 6 kilometres from the airport. The hotel is not very far from the Ministry of Education.

Exercise 6

Your Australian friend is worried about her trip to Hanoi and wants you to translate the following questions for her.

1 Is the hotel far from the airport?
2 What about the Foreign Ministry?
3 Is the hotel far from Hanoi?
4 Is Mr Ho an official of the Ministry of Education?
5 Is Mrs Ho a politician?
6 Do you have a typewriter?

Exercise 7

You have asked some of your friends' children to do some crystal gazing and tell you what they and their friends will be when they grow up. How would you translate their replies?

1 I will be a teacher.
2 My friend will be a politician.
3 I will be a diplomat.

4 I will be a Government official. (**viên chức nhà nước**)
5 My friends will be teachers.

Exercise 8

Write a short dialogue to fit each of these situations:

1 You meet your friend Mr Vu who is in your country on holiday and ask after his wife. He looks tired. Tell him you will take him to the Hilton hotel.
2 You have been told to meet Mrs Huan at the airport but you're not sure what she looks like. You ask someone and she turns out to be Mrs Huan. You think she is a teacher but check this and ask after her husband. Offer to take her luggage to the Sun hotel.
3 You want to help a Vietnamese-speaking person who needs to know how far the airport and the Foreign Ministry are from his hotel (the Majestic).

Exercise 9

Your Vietnamese friend will have a busy day tomorrow. Translate what he will be doing.

Sẽ ra sân bay, gặp bạn ở khách sạn, chuyển hành lý cuả bạn về khách sạn, gặp viên chức Bộ Ngoại Giao, gặp viên chức Bộ Giáo Dục. Mời bạn về nhà.

Exercise 10

Practise reading these telephone numbers:

1 323 8461
2 579 1345
3 687 3142
4 276 6871

Exercise 11

Write down the number of these people's houses:

Mr Hoan	Mr Vu	Miss Tu	Mr Phung	Mrs Lam
mười sáu	mười ba	mười tám	mười lăm	mười bảy

Exercise 12

ăn	to eat
nấu ăn	to cook
tắm	to have a bath, bathe
nhà	(can be used to indicate a house, building or room)
buồng	(also means 'room')
khách	guest

We saw in Lesson 2 that nouns can be used in different combinations to make new meanings. Here are some more examples. Match the words on the left with their English equivalents.

nhà khách	guest house
khách sạn	hotel
buồng khách (phòng khách)	sitting room, guest room
nhà máy	dining room
buồng ăn	factory
buồng ngủ	bedroom
buồng tắm	bathroom

Trên đường đến khách sạn

Andrew Bond and Anna Dean leave the airport. They are eagerly looking forward to seeing their hotel

ÔNG HOAN: Xin mời cô và ông lên xe.
ANNA: Thưa ông Trần Hoàn, khách sạn ở đâu?
ÔNG HOÀN: Thưa cô, gân hồ Tây Hà Nội.
ANNA: Còn xa không, thưa ông. Tôi mệt quá.
ÔNG HOÀN: Cô mệt lắm à. Không, không xa. Tối nay cô sẽ ngủ ngon thôi!

MR HOAN: *Here's the car. Get in, please.*
ANNA: *Mr Tran Hoan, where is the hotel?*
MR HOAN: *It's near Hanoi's western lake.*
ANNA: *Is it still far? I'm very tired.*
MR HOAN: *Are you very tired? No, it's not far. You will sleep well tonight!*

Vocabulary

vào, lên xe	to get in car	gần	near
ở đâu, đâu	where	phải, phải rồi	yes, right
hồ	lake	ngủ	to sleep
Tây	west, western	ngủ ngon	to sleep well

Language points

Questions about location

Note that the word order in Vietnamese is different from that of English:

Khách sạn ở đâu?   Where is the hotel?

Ở đâu can be shortened to **đâu** as in:

Cô Anna đâu?   Where is Miss Anna?

Expressing distance (2)

Ô tô ở gần khách sạn.	The car is near the hotel.
Từ khách sạn đến Bộ Ngoại Giao không xa.	From the hotel to the Foreign Ministry is not far.
Từ Hà Nội đến Sài Gòn rất xa.	From Hanoi to Saigon is very far.

Verb compounds

In Lesson 2 and earlier in this lesson we practised making noun compounds. We can also combine verbs:

đi	to go
ngủ	to sleep
đi ngủ	to go to bed

Vocabulary notes

Get in the car, train, plane

Mời cô lên xe.	Please *get in* the car.
Xin mời ông lên máy bay.	Please *get on* the plane.
Xin mời lên tàu.	Please *get on* the train.

Lên means literally 'up, go up', but is used for 'get in' the car, train or plane, for example.

đi lên	go up
lên máy bay	get in the plane

Ngủ ngon *('sleep well')*

Ngon means 'delicious', 'tasty' or 'good', so we can also say:

ăn ngon	to have a good dinner, good dishes
ăn ngon miệng	to eat with a good appetite

Culture note: expressing concern and regret

When Anna said she was feeling tired Mr Hoan wanted to express his concern (much as in English we might say 'I'm very sorry to hear that'). To do this he responded with a question:

Cô mệt lắm à?	Are you very tired?

In English this might sound rather impolite, as if you were doubting someone's word. In Vietnamese, however, it is a natural way of expressing your regret or concern. Another example is:

Ông Hoàn bận lắm.	Mr Hoan is very busy.
Thế à, ông ấy bận lắm à?	Is he?

Exercise 13

Việt Nam	Vietnamese	**Anh**	British

You are in your car outside Hanoi, near the airport but a long way from the Victory hotel. Answer your friend's questions. Examples:

Đây là khách sạn Thắng Lợi phải không?	Is this the Victory hotel?
Vâng, đây là khách sạn Thắng Lợi.	Yes, this is the Victory hotel.
Đây là cô Anna phải không?	Is this Anna?
Vâng, đây là cô Anna.	Yes, this is Anna.

1 Ông Trân Hoàn có phải là viên chức ngoại giao Việt Nam không?
2 Ông Bond có phải là viên chức Bộ Ngoại Giao Anh không?
3 Có phải khách sạn Thắng Lợi ở gân hồ Tây Hà Nội không?
4 Khách sạn Thắng Lợi còn xa lắm không?
5 Sân bay có gần đây không?
6 Ông Bond có ở Hà Nội không?

Exercise 14

Luân Đôn London **Đại sứ quán** Embassy

You are standing outside the British Embassy, which is a long way from the Victory hotel. Answer your friend's questions. Example:

Đây là Đại sứ quán Anh phải không?
Vâng, đây là Đại sứ quán Anh.

1 Ông Bond có phải là viên chức Bộ Ngoại Giao Anh không?
2 Cô Anna có phải là cô giáo không?
3 Có phải khách sạn Thắng Lợi ở Luân Đôn không?
4 Từ Đại sứ quán Anh đến khách sạn Thắng Lợi có xa lắm không?
5 Đây lá khách sạn Thắng Lợi phải không?
6 Có phải ông Trân Hoàn là chủ nhiệm khách sạn không?

Exercise 15

Ask a question to find out where the following are:

1 Mrs Bond
2 the Vietnamese Embassy in London
3 the airport
4 Mr Hoan's wife
5 Mrs Toan's husband
6 the Foreign Ministry

Exercise 16

Express your concern or regret at the following. Example:

Tôi bận lắm.
Thế à. Chắc là ông mệt lắm.
Xe cuả nhà tôi không tốt lắm.
Thế thì ông mệt với nó lắm.
Khách sạn không tốt lắm.
Vâng, khách sạn không tốt.

1 Nhà tôi bận lắm.
2 Tôi mệt lắm.
3 Khách sạn không tốt lắm.
4 Xe của tôi không tốt lắm.
5 Khách sạn xa lắm.
6 Sân bay không hiện đại.

Vocabulary

Verb compounds

đi học	to go to study, to school
đi làm	to go to work
đi chơi	to go for a walk, out, to play
đi mua bán	to go shopping (**mua buy bán** = 'sell')
đi ngủ	to go to bed (sleep)
đi máy bay	to go by plane
đi ô tô	to go by car

Exercise 17

How would you say the following?

1 I go to bed.
2 You go shopping.
3 We go for a walk.
4 Mr Nam goes to work.
5 I go to Vietnam by plane. (**đi máy bay** or **bằng máy bay** = 'by plane')
6 Sue and Angela go to school by car.

Ra sân bay 🔘

Mr Hung and Mr Tam are standing outside the Foreign Ministry in Paris waiting for a car

HÙNG: Bây giờ xin mời đi với tôi đến sân bay. Xe tôi đây. Xin mời lên xe.

TÁM: Cám ơn ông. Còn cô Minh thì sao?

HÙNG: Nhà tôi sẽ đưa cô ấy ra sân bay. Cô ấy vẫn còn mệt lắm.

TÁM: Cô ấy có mệt lắm không?

HUNG: Nhà tôi sẽ đưa cô ấy đến khách sạn, rồi sẽ ra sân bay.

TÁM: Sân bay có xa lắm không?

HÙNG: Cũng xa. Cách khách sạn mười chín cây số. Sân bay ở miền tây Pari.

TÁM: Sân bay có hiện đại lắm không?

HÙNG: Vâng, sân bay này tốt lắm. Vừa to vừa hiện đại. Ông phụ trách sân bay là ông Blanc. Bạn cuả vợ tôi.

Trên xe ô-tô

HÙNG: Xin lỗi ông.Va-li cuả ông đâu?

TÁM: Ở đây, trong ô tô.

HÙNG: Có phải va-li cuả ông không?

TÁM: Không, không phải.Va-li cuả tôi nhỏ hơn.

HÙNG: Đây là va-li cuả cô Minh. Như vậy là cô ấy cầm nhầm va-li cuả ông.

TÁM: Tôi sẽ đi Luân Đôn mà va-li thì không có.

HÙNG: Cô Minh sẽ đi Hà Nội và cũng không có va-li. Thế có khổ không. Đêm nay chắc là ông không ngủ được.

Vocabulary

cầm nhầm	to take by mistake	**thế có khổ không**	so it is difficult, isn't it
nhỏ hơn	smaller	**phụ trách sân bay**	airport manager
như vậy	so that	or **giám đốc sân bay**	
mà	but	**vừa . . . vừa**	and . . . and
thì	then	**miền**	district, area, part
chắc là	probably, maybe	**rồi**	then

Exercise 18

Answer these questions on the dialogue:

1 Cô Minh và ông Tám đi đâu?
2 Họ ('they') đi có xa không?
3 Cô Minh có khỏe không?
4 Họ nói gì về sân bay?
5 Hành lý của họ thì sao?

4 Vào khách sạn

Checking in at the hotel

By the end of this lesson you should be able to:

- ask some simple yes/no questions
- use the question tag **nhỉ**
- ask some questions about people and location
- make polite requests and use other polite expressions
- express concern, regret and pleasure
- use the preposition of place **ở** ('in, from')
- say that something is probably true

Đến khách sạn 📼

Andrew Bond and Anna Dean are about to arrive at their hotel. Andrew
wants to check which hotel they are going to and Mr Hoan tells them a
little about it

ANDREW: Thưa ông, có phải khách sạn "Thắng Lợi" không?
ÔNG HOAN: Dạ, thưa phải. Thưa cô đây là khách sạn Thắng Lợi. Đó lá
           khách sạn lớn và rất hiện đại. Khách sạn này tốt lắm. Ông
           chủ nhiệm khách sạn là bạn tôi.
ANNA: Trông đẹp quá nhỉ?
ANDREW: Ở đây chắc dễ chịu lắm.
ÔNG HOAN: Cám ơn cô và ông.
ANDREW: Ai đó thưa ông?
ÔNG HOAN: Đó là ông quản lý khách sạn.

ANDREW: *Is it the Victory hotel?*
MR HOAN: *Yes. That's right. Here we are. This is the Victory hotel. It's*
           a big hotel and very modern. It's a very good hotel. The
           manager of the hotel is a friend of mine.
ANNA: *It looks beautiful, doesn't it?*
ANDREW: *I imagine it's very pleasant in here.* (lit. *it's probably very*
           pleasant)
MR HOAN: *Thank you.*
ANDREW: *Who is that?*
MR HOAN: *That's the hotel manager.*

Language points

Yes–no questions

In Lesson 2 you practised asking questions with **là . . . không**. You can
also ask a question by adding **có phải** ('yes') . . . **không** ('no') to a state-
ment. This is more insistent and is roughly equivalent to a question like
'Are you coming or not?'. For example:

Có phải khách sạn Thắng Lợi   Is it the Victory hotel (or not)?
không?
Có phải ông là ông Dean *không?*   Are you Mr Dean (or not)?

Questions about people

Đây là ai?	Who is this?
Anna là ai?	Who is Anna?

The question tag nhỉ

Nhỉ at the end of a sentence can be translated as the question tag 'isn't it', 'doesn't it', etc. It also has a variety of other meanings including 'don't you think?', 'I suppose', 'I wonder'.

Trông đẹp quá *nhỉ*	It looks beautiful *doesn't it*?
Đây là vợ ông phải không *nhỉ*?	This is your wife, *I suppose*.

The auxiliary chắc

Chắc is roughly equivalent to 'probably' but can often be translated by 'must be' or 'I expect'. It frequently occurs in sentences expecting an affirmative answer (or confirmation). There is no overt question marker apart from the intonation.

Ở đây *chắc* dễ chịu lắm nhỉ.	It *must be* very pleasant in here.
Chắc là cô mệt lắm nhỉ.	You're *probably* very tired.

Polite responses: expressing pleasure

vui, mừng, vui mừng	happy, pleased
chúc mừng	to congratulate, wish someone happiness

There are a variety of ways in Vietnamese of responding to what someone has said, rather as in English we might say 'that's nice', meaning 'I'm pleased to hear that'. One way is to thank someone for making the remark. Another is **Tôi mừng cho ông** ('I am happy for you'):

Tôi được làm giám đốc.	I have been promoted to the rank of director.
Xin chúc mừng ông.	Congratulations!

Exercise 1

Find the questions that would be answered as follows:

1 Dạ, phải. Ông ấy là viên chức Bộ Ngoại Giao Anh.
2 Vâng, đây là khách sạn Hilton.

3 Vâng, từ khách sạn Thắng Lợi đến Bộ Ngoại Giao rất xa.
4 Không, Đại sứ quán Anh không gần hồ Tây Hà Nội.
5 Không, vợ ông Huân không phải là cô giáo.
6 Không, bà Dean không ở Hà Nội.

Exercise 2

Answer these questions:

1 Đại sứ quán Anh ở đâu?
2 Khách sạn Thắng Lợi ở đâu?
3 Bộ Giáo Dục ở đâu?
4 Bộ Ngoại Giao ở đâu?
5 Sân bay ở đâu?
6 Đại sứ quán Việt Nam ở Pari ở đâu?

Exercise 3

You find a photograph which fell out of Andrew Bond's wallet of two people standing outside a hotel. Ask as many questions as you can about them and their relationship as well as the location of the hotel.

Exercise 4

Using the question tag **nhỉ** write questions asking for confirmation of or agreement to the following. Example:

Ông Hùng là quản lý khách sạn phải không nhỉ.
Cô Anna trông đẹp quá nhỉ.

1 Đại sứ quán Anh trông đẹp quá.
2 Đây là chồng bà ấy.
3 Đây là va-li của ông ấy.
4 Ông Hùng là quản lý khách sạn.
5 Sân bay không gần hồ Tây.
6 Bà Hoàn ở Hà Nội.

Exercise 5

Using the auxiliary **chắc** indicate which of these pairs go together. Example:

Chắc bà Hoàn là cô giáo.   Mrs Hoan must be a teacher.

Khách sạn Thắng Lợi	Nhà chính trị
Ông Hùng	ở Hà Nội
Ông Hoàn	quản lý khách sạn
khách sạn Hilton	gần Bộ Ngoại Giao
sân bay	xa hồ Tây Hà Nội
Bộ Giáo Dục	rất vui
ông Bond	đẹp

Exercise 6

Respond to these statements expressing your regret or pleasure. For example:

Tôi bận quá.
Chắc là ông mệt lắm nhỉ.

1 Tôi mệt quá.
2 Cô Anna bận quá.
3 Chồng tôi là Đại sứ Việt Nam ở Luân Đôn.
4 Tôi sẽ mang hành lý về khách sạn cho cô.
5 Ông Hùng có hai khách sạn ở Hà Nội.
6 Còn xa mới đến Sài Gòn.

Exercise 7

nhiều lắm   very much   **không dám**   (polite expression)

Translate into English:

1 Khách sạn Thắng Lợi ở gần hồ Tây Hà Nội.
2 Từ sân bay đến khách sạn Thắng Lợi không xa lắm.
3 Khách sạn Thắng Lợi đẹp lắm.
4 Ở khách sạn Thắng Lợi chắc dễ chịu lắm.
5 Cô Anna không phải là cô giáo.
6 Cô ấy là viên chức Bộ Ngoại Giao Anh.
7 Trông cô Anna đẹp quá nhỉ?
8 Vâng, cô ấy đẹp lắm.
9 Khách sạn Thắng Lợi đẹp quá nhỉ?
10 Vâng, khách sạn Thắng Lợi đẹp lắm.
11 Ở đây dễ chịu lắm nhỉ?
12 Vâng, ở đây dễ chịu lắm.
13 Cám ơn ông nhiều lắm.
14 Không dám.

Tone practice 📼

Repeat these words concentrating on the sounds **tr**, **ch**, **kh** and **nh**. Do not worry about the meaning.

Bao nhiêu khách sạn
Khách sạn ở đâu
Hồ Tây ở đâu
Hồ Tây trong Hà Nội
Hồ Tây trông đẹp không
Hồ Tây trông đẹp lắm
Ở đây dễ chịu không
Ở đây dễ chịu lắm.

Anh là người quản lý phải không
Tôi không phải là người quản lý
Ai là quản lý, quản lý ai, quản lý cái gì.

Anh định làm gì
Anh định làm gì, ở đâu, bao lâu
Anh định làm ăn ở đâu
Khoảng chừng ba tuần, khoảng chừng bốn tháng, hoạc là năm năm.

Có thể rẻ hơn, có thể đắt hơn
Có thể đi xem
Có thể đi ăn
Có thể đi làm.

Tiền buồng đắt không
Tiền buồng đắt lắm
Tiền buồng khách sạn không rẻ đâu.

Tôi đi rồi
Rồi anh hãy đi
Tôi dẫn anh đi
Tôi dẫn các vị đi

Giới thiệu 📼

Anna and Andrew are introduced to the hotel manager

ÔNG HOÀN: Tôi xin giới thiệu; đây là ông Nguyễn Khoa, quản lý khách sạn. Đây là ông Bond và cô Anna Dean.

ÔNG KHOA: Chào ông, chào cô.

ANDREW:	Chào ông.
ANNA:	Chào ông.
ÔNG HOÀN:	Ông Bond và cô Anna ở nước Anh đến.
ÔNG KHOA:	Ồ, tốt quá. Các vị sống ở Luân Đôn phải không?
ANNA:	Dạ, phải, tôi sống ở Luân Đôn, nhưng anh bạn tôi sống ở một thành phố nhỏ, cách Luân Đôn khoảng chừng hai mươi cây số.
ÔNG HOÀN:	Ông Bond và cô Anna Dean là cán bộ ngoại giao. Các vị ấy sẽ làm việc ở Đại sứ quán Anh.
ÔNG KHOA:	Thế thì tốt quá. Ngôi nhà Đại sứ quán Anh đẹp lắm. Lại gần hồ Hoàn Kiếm và có vườn hoa đẹp.

MR HOAN:	*May I introduce Mr Nguyen Khoa, the manager of the hotel?* (lit. *May I introduce: this is Mr Nguyen) This is Mr Bond and Miss Anna Dean.*
MR KHOA:	*Good morning.*
ANDREW:	*Good morning.*
ANNA:	*Good morning.*
MR HOAN:	*Mr Bond and Miss Anna come from England.*
MR KHOA:	*Ah, good. Do you live in London?*
ANNA:	*I do but my friend lives in a small town about 20 kilometres from London.*
MR HOAN:	*Mr Bond and Miss Anna Dean are diplomats. They are going to work at the British Embassy.*
MR KHOA:	*Good. The British Embassy is a very nice building. It's near the Hoan Kiem lake and has beautiful gardens.*

Vocabulary

xin	please may I (*lit.* beg), apply	**nhưng**	but
		ở	in, at
giới thiệu	to introduce	**thành phố**	city, town
nước	country	**nhỏ**	small
đến	to come	**cách**	distant, from
tốt	good, well	**cán bộ**	official
quá	so, too, very	**ấy**	that, those
các vị	you (plural)	**làm việc**	to work
sống	to live	**thế thì**	*lit.* in this case
phải	yes, right	**nhà**	building, house
dạ	(polite expression in response)	**vườn**	gardens
		hoa	flower

ngôi nhà, tòa nhà	nice big house or building	vườn hoa công viên	flower garden park

Language points

The preposition ở

We have seen that **ở** can mean 'in' as in:

| **Anh sống ở đâu?** | Where do you live? (*lit.* live *in* where) |
| **Tôi sống ở Luân Đôn.** | I live *in* London. |

Ở can also mean 'from' as in:

| **Anh ở đâu đến?** | Where do you come *from*? |
| **Tôi ở Mý đến.** | I come *from* America. |

Notice that you would answer the above question by saying literally where you come from, not, as we might in English, by saying 'I'm American'.

Questions with phải không

We can make a question by adding **phải** ('yes') and **không** ('no') to the end of a statement:

| **Cô Anna học ở trường đại học Luân Đôn.** | Anna studies at the University of London. |
| **Cô Anna học ở trường đại học Luân Đôn** *phải không?* | Anna studies at the University of London, *doesn't she?* |

This asks for confirmation of the statement in the same way as the question tag 'doesn't she', 'isn't it', etc. in English. Here are two ways of confirming the statement in the answer:

| **Vâng, cô Anna học ở trường đại học Luân Đôn.** | Yes, Anna does study at the University of London. |
| **Phải, cô Anna học ở trường đại học Luân Đôn.** | |

We can give a negative answer by using **không**:

| *Không*, cô ấy *không* học ở trường đại học Luân Đôn. | No, she doesn't study at the University of London. |

Note that Vietnamese does not use the short answer corresponding to 'Yes, she does' or 'No, she doesn't'.

Polite requests with xin

nói	to speak	**vào**	to come in
chậm	slowly	**ngồi**	to sit down

When **xin** ('to ask, request, beg') is used initially in polite imperative sentences it can best be translated as 'please' or 'Please would you . . .' as in:

Xin ông nói lại.	Please would you repeat. (*llt.* say again)
Xin cô nói chậm.	Please speak slowly.

You can also use **xin mời** as in:

Xin mời ông vào.	Please come in.
Xin mời cô ngồi.	Please sit down.

Asking permission

Xin or **xin phép** can also mean 'may I' as in:

Tôi *xin* giới thiệu . . .	*May I* introduce . . .
Tôi *xin* tự giới thiệu.	*May I* introduce myself.
Tôi *xin phép được* giới thiệu . . .	*May I* introduce . . .
Tôi *xin phép được* tự giới thiệu.	*May I* introduce myself.

Note: **xin phép được** ('may have permission to').

Exercise 8 ▭▭

You are at a party where a number of people introduce themselves and their friends to you. Introduce them in English to your friend.

1 Tôi xin tự giới thiệu; tôi là Nguyễn Khoa, quản lý khách sạn.
2 Tôi xin giới thiệu: đây là ông Minh, quản lý khách sạn sân bay.
3 Tôi xin phép được giới thiệu: ông James Williams, đại sứ Anh ở Hà Nội.
4 Tôi xin phép được tự giới thiệu: tôi là viên chức Bộ Ngoại Giao Việt Nam.
5 Tôi xin phép được giới thiệu. Đây là anh Hiền và vợ anh ấy chị Mai.

Exercise 9

Introduce these people to your Vietnamese friend:

1 Andrew and Anna
2 your teacher, Miss Huan
3 Mr Xanh, manager of the Hilton hotel
4 Miss Van, manager of the airport
5 Mrs Hoa, an official of the Ministry of Education
6 Mr An, the Vietnamese Ambassador in London

Exercise 10

Answer these questions:

1 Anh ở đâu đến?
2 Cô Anna là ai?
3 Ông Dean từ đâu đến?
4 Ông Dean sống ở đâu?
5 Cô Anna làm việc ơ đâu?
6 Ông Huân sống và làm việc ở đâu?

Exercise 11

hiểu   understand   **xin lỗi**   excuse, sorry, pardon

Translate into English:

1 Xin ông nói chậm.
2 Xin cô nói lại.
3 Xin mời cô vào.
4 Xin mời ông ngồi.
5 Tôi xin giới thiệu; đây là bạn tôi; cô Anna Dean.
6 Xin lỗi, tôi đến chậm.
7 Xin các ông các bà vào trong này.
8 Xin lỗi, tôi không hiểu, xin ông nói lại.

Exercise 12

Translate into Vietnamese:

1 Ladies and gentlemen, please come in and sit down.
2 I am sorry, Sir, I do not understand. Please say it again.
3 Please speak slowly.

4 May I introduce my friend, Mr Tran Hoan, the manager of the hotel.
5 Who is that man over there?
6 Who is Mr Williams? Is he the British Ambassador in Hanoi?
7 Where do Mr Bond and Miss Dean live and work?
8 Where is the French Embassy in Hanoi?

Vocabulary building

Úc, Úc đại lợi   Australia, Australian   **Pháp**   French

Cán bộ is a general word meaning officer, or official. We have seen that **cán bộ Bộ Ngoại Giao** is 'official of the Ministry of Foreign Affairs'.

Exercise 13

How would you refer to an official of:

1 the Vietnamese Foreign Ministry
2 the Australian Foreign Ministry
3 the British Ministry of Education
4 the French Embassy
5 the Vietnamese Embassy

Exercise 14

Người is a word used to mean a person that is often combined with other words in the same way. How would you say:

1 a Vietnamese person
2 an Australian
3 an Englishman
4 a Chinese person (**Trung Quốc** = 'China, Chinese')
5 an American
6 a Frenchman
7 a foreigner (**nước ngoài** or **ngoại quốc** = 'foreign country')

James và người lá xe taxi ▨

Andrew's friend James is in a taxi going to a meeting

JAMES: Đây là trường đại học phải không?
TAXI: Không, trường đại học còn xa. Anh ở đâu đến vậy?

JAMES: Xin lỗi. Tôi không hiểu. Xin anh nhắc lại.
TAXI: Anh ở đâu đến vậy?
JAMES: Tôi từ Sydney Úc đại lợi đến. Đây có phải trường đại học không?
TAXI: Không, đây là Bộ Giáo Dục. Thành phố Sydney chắc đẹp lắm. Con trai tôi sống ở Pari. Anh ấy làm thày giáo.
JAMES: Trường đại học còn xa không? Tôi trễ giờ rồi.
TAXI: Không, không còn xa nữa. Anh là cán bộ ngoại giao phải không?
JAMES: Không, tôi là một thương gia. Người kinh doanh, buôn bán.
TAXI: Anh trai tôi cũng là một thương gia. Anh ấy sống ở Hải Phòng, một thành phố cảng ở miền Bắc. Tôi cũng là người Hải Phòng.
JAMES: Chúng ta sắp đến trường đại học chưa vậy? Tôi có cuộc họp với giáo sư Phụng.
TAXI: À, giáo sư Phụng, tôi biết ông ấy. Ông ấy là bạn tôi. Ông ấy là người Hải Phòng. Chúng ta đến nơi rồi. Đây là trường đại học Hà Nội. Ngôi nhà này cũng đẹp đấy chứ nhỉ?

Vocabulary

con trai	son	thành phố cảng	seaport
đến chậm	to come late, be late	sắp đến	to come soon
người buôn bán	business person	cuộc họp	meeting
thương gia	business person	giáo sư	professor, lecturer
người (nhà)	business person	trễ giờ	late
kinh doanh		nhắc lại	repeat
biết	to know	trường đại học	university

Exercise 15

1 James là ai và ở đâu đến?
2 James đi đâu và đến gặp ai?
3 Người lái xe nói những gì?

5 Câu chuyện về bạn ở Hà Nội

Talking about your stay in Hanoi

By the end of this lesson you should be able to:

- ask and answer questions with 'how much/many', 'how long'
- ask about rates for rooms, etc.
- express future time
- talk about one future event happening after another
- use the numbers up to 100
- use some polite expressions of respect
- use the time expressions 'this', 'last' and 'next'

Thảo luận về kế hoạch cuả bạn 📼

The hotel manager asks Andrew and Anna about their stay

ÔNG KHOA: Thưa ông và cô định ở đây bao lâu?
ANDREW: Tôi sẽ ở Hà Nội ba năm.
ÔNG KHOA: Ông sẽ ở khách sạn ba năm phải không ạ?
ANDREW: Không, Tôi sẽ ở đây khoảng chừng một tuần, rồi về ở Đại sứ quán. Đại sứ quán có khu nhà tập thể nhỏ.
ÔNG KHOA: Thế thì tiện lợi quá. Còn cô thế nào, cô Anna?
ANNA: Tôi có thể ở lâu hơn, có thể một tháng hoặc lâu hơn.
ÔNG HOÀN: Tiền buồng mỗi ngày bao nhiêu, anh Khoa?
ÔNG KHOA: Rẻ thôi, năm mươi đô la Mỹ.
ÔNG HOÀN: Ông Khoa sẽ dẫn các vị đi xem buồng.
ANDREW: Vâng, thế thì tốt lắm.

MR KHOA: *How long would you like to stay here?*
ANDREW: *I will stay in Hanoi for three years.*
MR KHOA: *Will you stay in the hotel for three years?*
ANDREW: *No, I will stay in the hotel about a week, then I'm going to live in the Embassy. The Embassy has a small flat.*
MR KHOA: *That will be very convenient. What about you, Miss Anna?*
ANNA: *I may stay here longer, maybe one month or more.*
MR HOAN: *What is the rate per day, Mr Khoa?*
MR KHOA: *It's cheap: 50 US dollars.*
MR HOAN: *Mr Khoa will take you to see the rooms.*
ANDREW: *Yes, very good.*

Vocabulary

định	to intend, plan	có thể	maybe, possible, could be, can
bao lâu	how long	hoặc	or
bao nhiệu	how much, many	hơn	more
ở đây	in here	tiền	money, currency
khoảng chừng	about, approximately	buồng	room
		rẻ	cheap
tuần	week	dẫn	to guide, take, conduct
tháng	month	các vị	you (plural)
năm	year	đi	to go
ngày	day	xem	to see, look, watch
rồi	then, after that, already	thế thì	so that, in this case

Language points

How much, how many, how long

lâu	long	bao lâu	how long
nhiều	much, many	bao nhiêu	how much, how many

Tiền buồng mỗi ngày   (*lit.* the money for the room per day,
  bao nhiêu?   *how much?*)
Thưa ông và cô định ở   (*lit.* you intend to stay *how long?*)
  đây *bao lâu?*

Notice that the question words come at the end of the question.

Expressing the future

In Lesson 3 you saw the auxiliary verb **sẽ** used to express a future action. As you can see from the dialogue this is not always necessary if the context makes it clear. In this case Andrew is going to do one thing after the other and uses **rồi** to mean 'then' or 'after that'.

Tôi sẽ ở khách sạn một tuần,   I will stay in the hotel one week, *then*
rồi về ở nhà Đại sứ quán.   I will go and live in the Embassy.

The numbers up to 100

In Lesson 3 you practised the numbers from 1 to 20. You saw that 11–19 are expressed by adding **mười** ('ten') to **một** ('one'), etc. Twenty consists of **hai** ('two') plus **mươi**. From then on the numbers are quite regular up to a hundred. So we have:

mười một, mười hai, mười ba, mười bốn (tư), mười lăm ...
hai mươi mốt (21), **hai mươi hai** (22) ...
ba mươi (30), **ba mươi mốt** (30) ...

Remember:

ba mươi tư (34)   **chín mươi chín** (99)
hai mươi lăm or **hai mươi nhăm** (25)

And the same for 35, 45, 55, 65, 75, 85, 95.

Polite expressions with thưa, dạ, vâng, được ạ

Thưa is used to show respect towards the person you are talking to as in:

56

Thưa ông/Thưa cô/Thưa bà/ How long do you intend to stay here?
Thưa ông và cô, định ở
đây bao lâu?

Thưa các vị means 'ladies and gentlemen'.

Dạ, vâng, vâng ạ and **được ạ** are all polite responses meaning 'yes' or 'OK'.

Ông Khoa sẽ dẫn các vị đi xem buồng.	Mr Khoa will take you to see the rooms.
Vâng/Dạ/Vâng ạ/Được ạ tốt lắm	OK, very good.

Using **thưa** along with these words makes the response even more polite:

Thưa vâng ạ, tốt lắm.   Yes, very good

Exercise 1

1 Your Vietnamese friend is going to London to work. Initially he will live in a hotel, then he will move to the Vietnamese Embassy, then to a house. He also intends to travel to Paris. Ask him how long he will stay in each place.
2 His wife has a very busy schedule today. She has to go to the airport, the Foreign Ministry, the Ministry of Education, her house and the British Embassy. Ask your friend how long his wife will stay in each place.

Exercise 2

Use the itinerary below to tell your Vietnamese friend how long you intend to stay in each place.

Hanoi	Victory hotel	2 days
	Hilton hotel	1 week
Saigon	Majestic hotel	2 months
	Grand hotel	1 day
Da Nang	Đà Nẵng hotel	1 month
	Yên Bình hotel	2 weeks

Exercise 3

xe hơi (ô tô)   car   **xe máy (môtô)**   motorcycle

You are planning a break up country. How would you ask the rate of a hotel room/car/motorcycle per day/week/month?

Exercise 4

Use the following words and phrases in sentences:

1 định đi
2 định ở
3 định đến
4 định làm
5 bao nhiêu
6 bao nhiêu tiền
7 bao nhiêu lâu
8 có thể
9 có thể ở
10 có thể đi
11 có thể làm

Exercise 5

Complete these sentences:

1 Tôi xin giới thiệu . . .
2 Tôi xin phép được tự giới thiệu . . .
3 Thưa ông, ông định . . .
4 Tôi ở khoảng chừng . . .
5 Tôi có thể . . .

Exercise 6

máy điều hoà nhiệt độ (máy lạnh)   air conditioning
mua giùm   help (me) to buy, or buy for (me)
tờ báo   newspaper

Answer these questions in Vietnamese:

1 Tiền buồng mỗi ngày bao nhiêu?
2 Buồng có máy điều hòa nhiệt độ không?
3 Cô định ở đây bao lâu?
4 Cô định ở đây một tuần hay hai tuần?
5 Đại sứ quán Anh ở đâu?
6 Ông quản lý khách sạn ở đâu?
7 Cô có thể mua giùm tôi tờ báo được không?

Exercise 7

Write these numbers:

mười, mười hai, hai mươi, hai mươi lăm, ba mươi nhăm, bốn mươi tư, năm mươi nhăm, sáu mươi sáu, bảy mươi bảy.

Exercise 8

Write the Vietnamese for these numbers:

11 21 34 45 66 77 88 99 101 22 31 54 63 75 97 89
111 121 134 135

Note: **một trăm** (100), **một trăm linh một** or **lẻ một** (101), **một trăm hai mươi mốt** (121), **ba mươi mốt** (31).

Thảo luận về kế hoạch của bạn 🔲

Mr Khoa chats to Andrew and Anna about their stay in Hanoi

ÔNG KHOA: Xin lỗi, thưa ông, ông ở Hà Nội một mình phải không?
ANDREW: Thưa vâng, nhà tôi làm việc ở Luân Đôn. Nhà tôi sẽ ở lại đó và sẽ chỉ đến Hà Nội nghỉ phép mà thôi.
ÔNG KHOA: Vậy à. Thế còn cô Anna thì sao? cô đã kết hôn chưa?
ANNA: Thưa ông chưa.
ÔNG KHOA: Cô cũng sẽ ở Đại sứ quán phải không?
ANNA: Thưa ông không. Tôi sẽ ở với một người bạn. Cô ấy hiện đang nghỉ phép ở Úc. Tháng sau cô ấy sẽ trở về Hà Nội.
ÔNG KHOA: Thế thì tốt quá. Ở một mình thì buồn lắm.

MR KHOA: *Excuse me, Mr Bond, will you stay on your own in Hanoi?*
ANDREW: *Yes, my wife works in London. She will stay there. She will come to Hanoi on holiday.*
MR KHOA: *I see. What about you, Miss Anna? Are you married?*
ANNA: *No, I'm not.*
MR KHOA: *And will you live in the Embassy, too?*
ANNA: *No, I will live with a friend. She is on holiday in Australia now. She will come back to Hanoi next month.*
MR KHOA: *That's good. It is very sad to live on your own.*

Vocabulary

xin lỗi	excuse me, sorry	vậy à	I see
thưa	(particle used to make	kết hôn	married
	what you say polite)	hiện	at present, now
một mình	alone	đang	(indicates present tense)
ở lại	to stay	tháng sau	next month
chỉ ... thôi	only	trở về	return
nghỉ phép	holiday	tốt quá	that's good
mà	but, however	buồn	sad, boring

Language points

Đang *indicating present tense*

You have seen that we do not need to use any particular marker in Vietnamese to indicate present time. However, if we want to make explicit that an action is in progress we use **đang** immediately before the verb:

Tôi *đang* làm.	I am working.
Anh *đang* làm gì vậy?	What are you doing?
Anh *đang* đọc báo gì vậy?	What newspaper are you reading?
Tôi *đang* đọc báo 'Nhân dân'.	I am reading the 'Nhan dan'.

Time expressions

tháng trước	last month
tháng này	this month
tháng sau	next month

Exercise 9

You start a conversation with someone you are are sitting next to in a train. How would you find out:

1 if they work in Hanoi
2 where they work
3 where they live
4 where their friend lives and works

5 whether their friend is married
6 whether they live on their own

Exercise 10

You meet a Vietnamese friend you haven't seen for a long while and you want to find out where some mutual friends are now. Make a note of what your friend tells you so you can contact them.

1 Anna đang nghỉ phép ở Mỹ.
2 Bình đang làm việc ở Bộ Giáo Dục Pari.
3 Cầm đang sống ở Luân Dôn với một người bạn. Vợ anh ấy sống ở Pari.
4 Dana đang sống một mình ở Hải Phòng.
5 John đang làm việc ở Úc.
6 Robert làm việc ở sân bay Hà Nội. Vợ anh ấy làm ở trường đại học.

Exercise 11

Invent a dialogue between a Vietnamese person arriving in London and an Immigration Officer who wants to find out how long she will be staying, where she will be living and working as well as checking one or two other details about her family.

Exercise 12

vui   enjoyable

Say whether these things are sad/boring/good or enjoyable:

1 sống một mình
2 sống với bạn
3 học tiếng Việt Nam
4 sống ở Luân Đôn
5 học một mình
6 đi nghỉ phép

Exercise 13

You are looking at some job applications and are particularly interested in how long the applicants have worked and lived abroad. Make a note of each person's experience.

1 Ông An: Tôi học tiếng Anh ở Úc một năm rồi tôi sống ở Pháp sáu tháng.

2 Cô Ba: Tôi làm việc ở Mỹ ba năm rồi tôi làm ở Luân Đôn mười tháng.

3 Ông Cầm: Tôi ở Pháp một năm rồi tôi nghỉ ở Anh ba tháng.

4 Ông John: Tôi sống ở Sydney khoảng chừng hai năm. Tôi làm việc ở sân bay một năm và làm việc ở trường đại học một năm, sau đó tôi nghỉ ở Perth khoảng chừng ba tháng. Tôi ở Úc khoảng chừng năm năm.

Tone practice ⚏

In this tone practice we use a kind of Vietnamese folk song to practise the tones used with **nhiêu, mình, tháng** and **định**.

Bao lâu, bao nhiêu, nhiều nhiều lắm.
Tiền buồng bao nhiêu, tiền buồng đắt lắm hay rẻ lắm.
Có thể làm một mình,
nhưng không ai muốn sống một mình.
Một mình buồn lắm ai ơi!
Nghỉ phép đi chơi nên có hai mình.
Tháng trước cô ấy đi rồi.
Tháng sau cô ấy về rồi kết hôn.
Xin ai chớ lấy làm buồn.
Anh định đi bao lâu?
Khoảng chừng một tuần hay một tháng?
Anh cần lấy bao nhiêu tiền?
Một ngàn hay một vạn?
Anh đi rồi, bao giờ anh trở lại.
Xóm làng tôi trai gái vẫn chờ mong.

Exercise 14

tháng	month
tháng giêng	January
tháng hai	February
tháng ba	March

Use the numbers you have learnt to say from April to December.

tuần này	this week
tuần trước	last week
tuần sau	next week

Use the same construction to say 'this month', 'last month', 'next month'.

Thuê ô tô 🔘

Mr Hoan takes Andrew and Anna to see about hiring a car

ÔNG HOÀN:	Tôi sẽ đưa ông và cô đến gặp bạn tôi là chị Qua. Chị ấy là chủ nhiệm công ty.
ANNA:	Công ty ở đâu?
ÔNG HOÀN:	Công ty ở đường Đồng Khởi.
ANDREW:	Có xa không?
ÔNG HOÀN:	Không, không xa lắm. Công ty đây rồi. Tôi xin giới thiệu; Chị Qua, chủ nhiệm công ty. Đây là ông Andrew Bond và cô Anna Dean.
CHỊ QUA:	Chào cô. Chào ông.
ANDREW:	Chào cô.
ANNA:	Chào cô.
CHỊ QUA:	Ông và cô muốn thuê ô tô phải không?
ANDREW:	Vâng, chúng tôi định thuê để đi Đà Lạt.
CHỊ QUA:	Ông và cô định ở đó bao lâu?
ANNA:	Khoảng chừng một tuần, rồi chúng tôi muốn đi Nha Trang. Chúng tôi sẽ ở Nha Trang khoảng hai ngày.
ÔNG HOÀN:	Bao nhiêu tiền một tuần chị Qua?
CHỊ QUA:	Hai mươi đô la.
ANDREW:	Còn thuê xe máy thì bao nhiêu tiền một ngày?
CHỊ QUA:	Rẻ lắm. Hai đô la.
ÔNG HOÀN:	Anh Hoan sẽ dẫn các vị đi xem xe hơi.
ANDREW:	Vâng, thế thì tốt lắm.
ANNA:	Trông đẹp quá!
CHỊ QUA:	Chạy tốt lắm.
ANDREW:	Bao nhiêu tiền một ngày?
CHỊ QUA:	Ba đô la.
ANDREW:	Đắt quá.
CHỊ QUA:	Không đắt đâu, rẻ lắm.
MR HOAN:	*I will take you to meet my friend Mrs Qua. She's the manager of the company.*
ANNA:	*Where is the company?*
MR HOAN:	*It's on Dong Khoi Street.*
ANDREW:	*Is it far?*
MR HOAN:	*No, it's not very far. This is the company. May I introduce Mrs Qua, the manager of the company. This is Andrew Bond and Anna Dean.*
MRS QUA:	*Good morning.*

ANDREW:	*Good morning.*
ANNA:	*Good morning.*
MRS QUA:	*You want to hire a car?*
ANDREW:	*Yes, we intend to hire a car to go to Da Lat.*
MRS QUA:	*How long will you stay there?*
ANNA:	*About a week then we want to go to Nha Trang. We'll stay at Nha Trang about two days.*
MR HOAN:	*What is the rate per week, Mrs Qua?*
MRS QUA:	*It's 20 US dollars.*
ANDREW:	*What is the rate per day for a motorcycle?*
MRS QUA:	*It's very cheap: 2 US dollars.*
MR HOAN:	*Mrs Qua will take you to see the car.*
ANDREW:	*Yes, very good.*
ANNA:	*It looks very beautiful.*
MRS QUA:	*It's very good.*
ANDREW:	*What is the rate per day?*
MRS QUA:	*It's 3 US dollars.*
ANDREW:	*It's very expensive.*
MRS QUA:	*No, it's very cheap.*

Vocabulary

ai	who	thuê	hire
chủ nhiệm	director, manager, head, chairman	đắt	expensive
		chạy tốt	run well, good car
công ty	company		

Exercise 15

Answer these questions from the dialogue:

1 Ông Hoàn đưa Andrew và Anna đi đâu?
2 Công ty xe hơi và xe máy ở đâu?
3 Ai là chủ nhiệm công ty?
4 Andrew và Anna thuê xe đi đâu?
5 Tiền thuê xe có đắt không?
6 Xe chạy tốt không?

6 Vào ở khách sạn

Settling into the hotel

By the end of this lesson you should be able to:

- make some comparisons
- use noun classifiers for people and some things
- use the demonstratives ('this' and 'that')
- express likes and preferences
- use some plural forms of nouns
- ask someone to do something for you
- ask questions with **gì** ('what')
- express past time, including completed and uncompleted actions
- use some constructions with **nữa** ('more, else')

Các phòng trong khách sạn ⊡⊡

Andrew and Anna are shown their rooms and make a few comments on them

ANDREW: Buồng có bồn tắm hoặc tắm hoa sen không, thưa ông?
ÔNG KHOA: Dạ, chúng tôi có cả hai, thưa ông.
ANNA: Thưa ông, buồng có máy lạnh không?
ÔNG KHOA: Dạ, thưa cô, có ạ. Thưa cô Anna, buồng cô số sáu. Còn đây là buồng của ông Andrew, số mười hai.
ANNA: Tôi thích cái buồng này. Nó nhỏ hơn, nhưng yên tĩnh hơn.
ANDREW: Tôi thích cái buồng kia, rộng hơn và đi ra nhà ăn gần hơn, tiện hơn.
ÔNG KHOA. Vâng, được ạ. Thưa cô Anna, chìa khóa của cô đây. Số mười hai. Còn ông Bond, chìa khóa của ông đây, số sáu. Chúng tôi sẽ cho đưa hành lý của các vị vào buồng.
ANNA: Cám ơn ông.

ANDREW: *Do you have a room with a bath or shower?*
MR KHOA: *Yes, we have both, Sir.*
ANNA: *Do you have a room with air conditioning?*
MR KHOA: *Yes, we do. Here is your room, Miss Anna. Number 6. And here is your room, Mr Andrew. Number 12.*
ANNA: *I like this room. It is smaller but quieter.*
ANDREW: *I like that one. It is larger and it's closer to and more convenient for getting to the restaurant.*
MR KHOA: *Yes, OK. This is the key for your room, Miss Anna. Number 12. And this is the key for your room, Mr Bond. Number 6. We will bring the luggage to your room.*
ANNA: *Thank you.*

Vocabulary

bồn tắm	bath	**này**	this
hoa sen	shower (note: **douche** is also used)	**kia**	that
		nó	it
lạnh	cold	**nhỏ**	small
cả hai	both	**yên tĩnh**	quiet
máy lạnh	air conditioning	**nhưng**	but
thích	to like	**rộng**	large
cái	(classifier for things like 'room', 'table', 'chair')	**đi ra**	to go out, get out
		nhà ăn	restaurant

gần	close to	vào	to come into
tiện	convenient	số	number
cho đưa	to ask someone to bring	chìa khóa	key
của	to belong to (used to indicate possession)	đây	here, this

Language points

The use of hơn to indicate comparison

tiện	convenient	tiện hơn	more convenient

Notice that **hơn** is used after the adjective to make a comparison. It can also be used with some verbs in a similar way:

Tôi thích cái buồng này. I like this room.
Tôi thích cái buồng này _hơn_. I like this room _more_ (I prefer this room).

Demonstratives ('this' and 'that')

There are three words in Vietnamese corresponding to the English 'this' and 'that':

Cô thích buồng nào?	Which room do you like?
Tôi thích buồng _này_.	I like this room.
Tôi thích buồng _kia_.	I like that room.
Tôi thích buồng _ấy_.	I like that room.

As we saw in Lesson 2, **kia** usually refers to something you can see. **Ấy** often refers to something that has been mentioned but may not be visible. Notice that the demonstrative follows the noun.

The classifier cái

bàn	table	**ghế**	chair

Vietnamese uses classifiers to denote singular or plural and to substitute for a noun. Different classifiers are used depending on what you are referring to. You will come across the classifier **cái** used to refer to a range of inanimate objects:

cái **buồng**	a room

| *cái* bàn | a table |
| *cái* ghế | a chair |

With the demonstratives it is optional:

| **Tôi thích** *cái* **buồng này.** | I like this room. |
| **Tôi thích buồng này.** | |

In this lesson **cái** is used to correspond more or less to the English 'one' as in:

| *cái* này | this *one* | *cái* kia | that *one* |

Plurals of nouns

Nouns which take the classifier **cái** can be made plural by adding **những**:

| cái bàn | a table | *những* cái bàn | tables |

With people, use **các** and **những**.

bà	lady
các bà	ladies
ông	gentleman
các ông	gentlemen
thưa *các* ông *các* bà	ladies and gentlemen
người Việt Nam	a Vietnamese
những người Việt Nam	the Vietnamese
người nước ngoài	a foreigner
những người nước ngoài	the foreigners
nước	country
các nước, *những* nước	countries

There is a slight difference in the use of **các** and **những**. For example, both **những người khách** and **các vị khách** mean 'the guests'. In some contexts, **những người khách** indicates a larger number than **các vị khách**.

Exercise 1

| hiệu | shop |

Mr and Mrs Hoan are trying to buy a new house. Make a note (in Vietnamese) of what each one prefers in the houses they have seen.

Mr Hoan: *I like this one. It's smaller and it's more convenient for getting to the Ministry.*

Mrs Hoan: *I prefer that one. It's larger but it's quieter. It's more convenient for the shops. And it's cheaper.*

Mr Hoan: *Yes, but this one is more beautiful.*

Exercise 2

Write questions and answers in Vietnamese following the example:

Ông có thích hiệu ăn Pháp không? Tôi thích hiệu ăn Việt Nam hơn.   Do you like French restaurants? I prefer Vietnamese restaurants.

1 English cars/French cars
2 French hotels/English hotels
3 Chinese restaurants/Vietnamese restaurants
4 large house/small houses

Exercise 3

Write a dialogue between two people who are discussing which of two shops they prefer.

Exercise 4

Nhật Japan, Japanese   **Ý** Italy, Italian   **Thái Lan** Thai

Use this table to make sentences.

Ông quản lý khách sạn nói	tiếng Pháp tốt hơn nói tiếng	Anh
Andrew	tiếng Việt Nam	Pháp
Anna	tiếng Trung Quốc	Nhật
Mr Hoan	tiếng Thái Lan	Ý

Exercise 5

You are with a party of tourists who want to find out what is happening to their luggage. Translate these replies for them.

1 Chúng tôi sẽ đưa hành lý của các vị về khách sạn.
2 Chúng tôi sẽ cho đưa hành lý của các vị vào buồng.
3 Chúng tôi sẽ cho người đưa ông đi Saigòn.
4 Chúng tôi sẽ đưa hành lý về Đại sứ quán.

5 Chúng tôi sẽ cho người đưa hành lý ra sân bay.
6 Chúng tôi sẽ đem hành lý về nhà cho ông.

Exercise 6

You are looking for somewhere to stay in Hanoi and you have been to see
two rooms. Your Vietnamese friend asks you about them. Answer her
questions.

1 Cô thích ở gần Đại sứ quán hay ở xa?
2 Ở đâu tiện hơn?
3 Ở đâu gần hơn?
4 Ở đâu yên tĩnh hơn?
5 Cô thích buồng nhỏ hơn hay rộng hơn?
6 Cô thích buồng nào?

Exercise 7

You are considering moving into a hotel in Hanoi and you want to find
out what sorts of rooms they have. (You are very fussy.) What questions
can you ask them?

Phục vụ buồng

Andrew makes sure everything is to his liking in his hotel room

NGƯỜI PHỤC VỤ: Ông có cần gì nữa không ạ?
ANDREW: Trong buồng có nước uống rồi phải không?
NGƯỜI PHỤC VỤ: Dạ, thưa vâng. Trên bàn có phích nước nóng và phích
nước đá. Chăn màn đã sẵn sàng. Trong nhà tắm đã có
khăn tắm, khăn rửa mặt, xà phòng, thuốc đánh răng.
ANDREW: Trong nhà vệ sinh đã có giấy vệ sinh chưa?
NGƯỜI PHỤC VỤ: Thưa ông, có rồi ạ. Ông có cần gì nữa không ạ?
ANDREW: Tiệm hớt tóc ở đâu, cô?
NGƯỜI PHỤC VỤ: Thưa ông, ở bên cạnh nhà ăn.
ANDREW: Tôi muốn tắm rồi đi ngủ độ một tiếng. Phiền cô đánh
thức tôi dạy trước giờ ăn cơm nhé.
NGƯỜI PHỤC VỤ: Dạ, thưa vâng.

CHAMBERMAID: *Is there anything else you need, Sir?*
ANDREW: *Is there any drinking water?*
CHAMBERMAID: *Yes, Sir. On the table there is a thermos with hot water*

and a thermos with iced water. The bed is ready. There
are hand towels and bath towels in the bathroom.
There is also soap and toothpaste.

ANDREW: *Is there toilet paper in the toilet?*
CHAMBERMAID: *Yes, there it is, Sir. Is there anything else you need,*
Sir?
ANDREW: *Oh, where is the barber's?*
CHAMBERMAID: *It's near the restaurant, Sir.*
ANDREW: *I would like to have a bath then sleep about one hour.*
Please wake me up before dinner time.
CHAMBERMAID: *Yes, Sir.*

Vocabulary

người	person	giấy	paper
hầu phòng	room service	rồi	then, already
người hầu phòng	chambermaid, man	tiệm hớt tóc	hairdresser's,
người phục vụ	service person		barber's (*lit.*
phích	thermos flask		shop cut hair)
nước	water, country	bên cạnh	next door, near to
nóng	hot	muốn	to want
nước đá	ice	đi ngủ	to go to sleep, go
chăn màn	bedding (*lit.* blanket,		to bed
	mosquito net)	độ	about
đã sẵn sàng	already	tiếng	hour
trong	inside, in	phiền	(polite way of
khăn	towel		asking someone
khăn rửa mặt	*lit.* towel for		to do something)
	washing the face		(*lit.* trouble)
xà phòng	soap	đánh thức	to wake someone
thuốc đánh răng	toothpaste (*lit.*		up
	medicine for	dạy	to get up
	brushing the teeth)	trước	before, in front
cần	to need	giờ	time
gì nữa	what else	ăn cơm	to have a meal (*lit.*
nhà vệ sinh	toilet		eat rice)

Language points

Questions with gì ('what'), nào ('which')

Gì is used with the classifier cái to mean 'what' or 'which one':

đây là *cái gì*?	*What* is this?
kia là *cái gì*?	*What* is that?
Ông muốn *cái* nào?	*Which one* do you want?

Notice that the question word comes at the end of the question. In gì nữa ('what else') the classifier cái is dropped.

Ông có cần *gì nữa* không ạ?   What else do you need, Sir?

The use of nữa ('more, else')

We have already seen nữa in combination with gì to mean 'what else'. Gì nữa can also mean 'anything else', 'any more' or 'nothing else, 'nothing more'.

Ông có muốn *gì nữa* không?	Do you want *anything else*?
Tôi không muốn *gì nữa*.	I don't want *any more*.

On its own nữa means 'more':

Tôi muốn ăn *nữa*.	I want to eat more.
Tôi muốn làm *nữa*.	I want to work more.

Completed and uncompleted actions

Chưa is used as a final particle in a question to mean 'yet':

Anh đã có vợ *chưa*?   Have you got a wife *yet*?

In statements chưa means 'not yet'.

Tôi *chưa* có vợ.   I do *not* have a wife *yet* (I am not married yet).

The final particle rồi used at the end of a sentence means 'already' and expresses the idea of a completed action.

Anh tắm *chưa*?	Have you had a bath yet?
Tôi tắm *rồi*.	I've had a bath *already*.

Rồi can also be used as a conjunction to connect two clauses. Here it has the idea of 'after that' or 'then'.

Tôi tắm *rồi* ngủ một tiếng. I had a bath *then* slept for one hour.

Expressing the past

báo   newspaper

To express past time, add the past tense marker **đã** to the main verb:

Tôi đi.   I go (I am going).
Tôi *đã* đi.   I *went* (I *have gone*).

Notice that Vietnamese uses the same past form to express a simple past action ('I went') and the idea expressed by the English present perfect ('I have gone').

Tôi *đã* đến Việt Nam.   I *came* to Vietnam (I *have been* in Vietnam).
Tôi *đã* xem báo.   I *read* the newspaper (I *have read* the newspaper).

Asking someone to do something for you

Phiền (*lit.* trouble) is a polite way of asking someone to do you a favour:

Phiền cô đánh thức tôi dạy   Please wake me up before dinner
trước giờ ăn cơm nhé.   time.

As well as **phiền** you will often see **cảm phiền** used with the same meaning.

Expressing likes and wishes

Muốn is equivalent to the English 'would like' or 'want'.

Tôi *muốn* đến thăm Việt Nam.   I *would like* to visit Vietnam.
Tôi *muốn* ăn cơm.   I *want* to have dinner.

Exercise 8

Find questions which these statements answer:

1 Trên bàn có phích.
2 Cửa hàng ở gần hiệu ăn.

3 Trong nhà vệ sinh đã có giấy vệ sinh.
4 Tôi đã ngủ ba tiếng.
5 Thưa ông, có rồi ạ.

Exercise 9

You want to check that everything is as it should be in your hotel room. Ask about:

1 the bed
2 toilet paper
3 iced and hot water
4 towels
5 toothpaste
6 soap

Exercise 10

| TV (Tivi) | TV | đọc | to read |
| xem | to watch | | |

You have told your friend some of the things you want to do during the rest of the day. Now answer his questions about how long you intend to spend on each.

1 Anh muốn tắm bao lâu?
2 Anh muốn ngủ bao lâu?
3 Anh muốn ăn bao lâu?
4 Anh muốn xem TV bao lâu?
5 Anh muốn đọc báo bao lâu?

Exercise 11

Now find out how your friend spent yesterday. Ask her how long she spent: having a bath, sleeping, watching TV, reading the newspaper, having dinner.

Exercise 12

Use **phiền** to make these requests more polite:

1 Cô đánh thức tôi dạy trước giờ ăn cơm nhé.
2 Cô lấy giùm phích nước nóng.
3 Cô lấy giùm phích nước đá.

4 Cô chỉ giùm Đại sứ quán Anh ở đâu.
5 Cô mua giùm tôi tờ báo.

Exercise 13

Answer these questions affirmatively:

1 Anh tắm chưa?
2 Anh ngủ chưa?
3 Anh ăn cơm chưa?
4 Anh xem báo chưa?
5 Anh uống cà phê chưa?

Exercise 14

Find questions that would fit these answers:

1 Vâng, cô Anna đã tắm rồi.
2 Vâng, ông bà Hoàn đã ăn cơm rồi.
3 Dạ, tôi ngủ rồi.
4 Dạ, tôi xem báo rồi.
5 Dạ, tôi uống cà phê rồi.

Exercise 15

lạnh	cold	**bút**	pen
chữ	word	**bay**	fly
xe	vehicle	**nói**	speak

We have seen that **máy** ('machine') can be used in compounds. Match the compounds on the left with their meaning:

máy lạnh	telephone
máy chữ	motorbike
xe máy	aeroplane
bút máy	typewriter
máy bay	fountain pen
máy nói	air conditioning

Exercise 16

thích   to like

We saw in Lesson 4 that we can we can combine two verbs or use a verb
and noun together to form a compound. How would you say 'to like to':

1 eat
2 watch
3 walk
4 work
5 sleep

Điều tra   [cassette icon]

*A crime has been committed in the hotel where Andrew and Anna are
staying. A detective is investigating several of the rooms in it*

Tôi ở phòng số 5. Phòng này gần tiệm hớt tóc và cũng rất tiện ra nhà ăn.
Trong phòng có máy lạnh và tắm hoa sen. Trong phòng có một cái bàn và
ba cái ghế. Chìa khóa phòng để ở trên bàn. Một số hành lý ở gần cửa ra
vào.
    Giờ ăn cơm tôi ở buồng số 13. Buồng này xa nhà ăn. Buồng này to hơn
và yên tĩnh hơn buồng số 5. Có bồn tắm nhưng không có máy lạnh. Trên
giường có khăn mặt, xà phòng, thuốc đánh răng, giấy vệ sinh và phích
nước. Tất cả đều ở trên giường. Trong buồng tắm có một tờ báo.

*I am in room number 5. It is near the barber's shop and it's also con-
venient for getting to the restaurant. The room has air conditioning and
a shower. There is a table and three chairs. The key of the room is on the
table. There is some luggage near the door.*
    *Now it is dinner time and I am in Room 13. This room is far from the
restaurant. It is bigger and quieter than room 5. It has a bath and no air
conditioning. There are towels on the bed, also soap, toothpaste, toilet
paper and a thermos flask. They are all on the bed. There is a newspaper
in the bathroom.*

Vocabulary

cửa (ra vào)	door	**tất cả**	all, everything

Exercise 17

Answer these questions on the detective's description of two of the rooms.

1 Andrew và Anna ở phòng nào?
2 Phòng số 5 ở đâu?
3 Trong phòng có những gì?
4 Trên bàn có những gì?
5 Giờ ăn cơm Anna và Andrew ở đâu?
6 Buồng 13 ở đâu?
7 Trong buồng có những gì?

7 Liên hệ

Making contact

By the end of this lesson you should be able to:

- ask questions with **nào**
- say what you are able or not able to do
- use numbers over 100
- ask about quantities and prices
- talk about how long you have been somewhere
- use common phrases to welcome someone to a new place
- understand and refer to the days of the week
- ask and give someone's age
- use classifiers when you answer a question
- use **vậy** to emphasize what you are saying
- use some expressions with **thôi**

Thăm trường đại học 📼

Andrew and Anna meet Mr Tam of Hanoi university who asks them about their stay in Hanoi

ANDREW: Tôi xin tự giới thiệu. Tôi là Andrew Bond.
ÔNG TÂM: Xin chào ông Bond. Rất hân hạnh được gặp ông.
ANDREW: Tôi xin phép được giới thiệu. Đây là bạn tôi, cô Anna Dean.
ÔNG TÂM: Xin chào cô Anna. Cô mạnh khỏe không?
ANNA: Xin chào ông Bùi Tâm. Cám ơn ông tôi khỏe, còn ông thế nào?
ÔNG TÂM: Cám ơn cô. Tôi cũng khỏe.
ANDREW: Tôi rất vui mừng được đến thăm Việt Nam.
ANNA: Tôi cũng vậy, tôi rất vui được đến thăm đất nước Việt Nam.
ÔNG TÂM: Cám ơn cô và ông, đây là lần đầu tiên ông và cô đến Hà Nội phải không?
ANNA: Dạ, phải ạ.
ÔNG TÂM: Rất vui mừng được đón ông và cô đến Việt Nam.
ANDREW: Cám ơn ông.
ÔNG TÂM: Ông và cô đến đây mấy ngày rồi?
ANNA: Chúng tôi đến hôm thứ bảy.
ÔNG TÂM: Mới có bốn ngày thôi!

ANDREW: *May I introduce myself? I am Andrew Bond.*
MR TAM: *Good morning, Mr Bond. I am very pleased to meet you.*
ANDREW: *May I introduce my friend Miss Anna Dean.*
MR TAM: *Good morning. How are you?*
ANNA: *Good morning Mr Bui Tam. I'm very well. How are you?*
MR TAM: *I'm very well, too, thank you.*
ANDREW: *I am very glad to visit Vietnam.*
ANNA: *So am I. I am very pleased to visit your country.*
MR TAM: *Thank you. Is this the first time you have visited Hanoi?*
ANDREW: *Yes, that's right.*
MR TAM: *Welcome to Vietnam!*
ANNA: *Thank you.*
MR TAM: *How many days have you been here?*
ANNA: *We arrived on Saturday.*
MR TAM: *Only four days!*

Vocabulary

giới thiệu	to introduce	đất nước	country (đất =
tự giới thiệu	to introduce oneself		'earth, soil')
xin phép	to have permission	lần	time, turn
thế nào	how, what	đầu tiên	first (đầu also means
cũng	also, too		'head')
vui, vui mừng,	happy, glad, pleased	dạ, ạ	(used to make what
mừng			you are saying
đến	to come, to arrive		sound more polite)
thăm	to visit, see	thứ bảy	Saturday
tôi cũng vậy	so am I, me too	mới ... thôi	just, only
		hoan nghênh	welcome

Language points

Questions with thế nào

Thế nào can mean 'what' as in:

Ông nói *thế nào*?	*What* did you say?
Ông làm *thế nào*?	*What* did you do?

Notice the position of the question words, at the end of the question. It can also mean 'what about ...?' or 'how about ...?':

Còn ông *thế nào*?	*How about* you? *What about* you?

Numbers over 100

With numbers between 100 and 109 you add **linh** or **lẻ** ('zero').

một trăm linh (lẻ) một	101
một trăm linh (lẻ) hai	102 and so on up to
một trăm mười	110

This applies to 201–9 and so on (and also to 1001–9 and so on).

một ngàn (một nghìn)	1,000
một vạn (mười ngàn)	10,000
một trăm vạn (một triệu)	1 million
một trăm triệu	100 million
một nghìn triệu (một tỷ)	1,000 million (1 billion)

Asking about quantity

đồng	Vietnamese currency	**ghế**	chair
bàn	table		

The usual word for 'how much?' or 'how many?' is **bao nhiêu**.

Ông có *bao nhiêu* tiền? *How much* money do you have?

Vietnamese does not have a different word for 'how many' but notice that you use the classifier with plural nouns:

Ông có *bao nhiêu cái* bàn? *How many* tables do you have?

Mấy is used instead of **bao nhiêu** when you are asking about small numbers (1 to 10):

Ông có *mấy* đồng *How many* dong have you got?
Ông có *mấy* cái ghế? *How many* chairs do you have?

In the above examples the speaker assumes that the answer will be fewer than ten.

Notice that **bao nhiêu** and **mấy** come before the noun you are asking about but at the end of the question.

The classifier cái

We saw **cái** used above as a classifier for tables and chairs. When you answer a question about something you can use the classifier on its own in the answer (as long as it is clear what you are talking about).

Ông có *bao nhiêu cái* bàn? *How many* tables do you have?
Tôi có hai mươi *cái*. I have twenty (tables).
Ông có *mấy cái* bút? *How many* pens do you have?
Tôi có năm *cái*. I have five (pens).

The use of vậy to emphasize what you are saying

You will often come across **vậy** used in sentences like

Cô học ở đâu *vậy*? Where did you learn it?

We can just as well say **Cô học ở đâu?** **Vậy** adds emphasis in much the same way as 'indeed'. There are no hard and fast rules for using it: you should note the ways it is used as you come across them.

The days of the week

thứ hai	Monday	**thứ sáu**	Friday
thứ ba	Tuesday	**thứ bảy**	Saturday
thứ tư	Wednesday	**chủ nhật**	Sunday
thứ năm	Thursday		

Exercise 1 ▱

Answer these questions in Vietnamese:

1 Ông Bùi Tâm có phải là viên chức Bộ Ngoại Giao không?
2 Ông ấy làm việc ở đâu?
3 Ông Bond và cô Anna gặp ai?
4 Ai nói tiếng Việt khá lắm?
5 Ai nói tiếng Anh tốt lắm?
6 Cô Anna và ông Bond học tiếng Việt ở đâu?

Exercise 2

giáo sư   professor, lecturer

Translate into English:

Ông Bùi Tâm không phải là viên chức Bộ Ngoại Giao. Ông ấy là giáo sư trường đại học Hà Nội. Ông Bùi Tâm không ở khách sạn Thắng Lợi. Ông ấy cũng không làm ở Bộ Ngoại Giao Việt Nam. Ông ấy làm việc ở trường đại học. Ông ấy gặp Ông Bond và cô Anna ở trường đại học Hà Nội. Ông ấy nói 'Rất hân hạnh được gặp ông và cô.' Ông Bond nói 'Tôi rất vui mừng được đến thăm đất nước Việt Nam.'

Exercise 3

Find a suitable response to the statements in Exercise 2 using **vậy** to emphasize what you are saying. You may respond by asking a question or making another statement.

Exercise 4

cốc   glass   **đĩa**   plate

You are arranging a party for a large number of guests. Ask your friend how many/how much of the following he/she has.

1 money
2 chairs
3 tables
4 dong
5 glasses
6 plates

Exercise 5

Write questions that these statements could answer.

1 Tôi đã ở Hà Nội ba tuần.
2 Chúng tôi chỉ có sáu cái ghế.
3 Cô ấy có năm trăm đồng.
4 Họ ở Luân Đôn ba ngày.
5 Tôi sẽ đi Mỹ sáu ngày.
6 Họ ở Hà Nội năm ngày.

Exercise 6: asking about prices

cái bút   pen   **quyển sách**   book

On your first shopping trip in Hanoi you are interested in how much everything costs. Look at the example then write down how you would ask the price of these objects and then tell someone how much they would cost. Example:

Quyển sách này bao nhiêu tiền?   **Quyển sách này hai ngàn đồng.**

1 book
2 chair
3 pen
4 glass
5 plate

Exercise 7

thế nào	how?	**ăn**	to eat
cái gì, gì	what?	**nói**	to say, speak
thuê	to hire		

Your friend is telling you about a trip she made. Ask her: what she hired, what she ate, what she said just now.

Exercise 8

Write a dialogue between Mr Vien, a Vietnamese student who is coming to England to study English, and Andrew, a British diplomat who welcomes him to London.

Tone practice 🔢

In this tone practice we focus on **ti, vi, kh, th, h, tr, d, n** combined with other vowels and consonants.

tiêng tiếng tiềng tiểng
viết việt viên viễn việc viêng viếng viểng
khá khó không khó khô khổ khôn khốn khổn khồn
thoi thói thôi thổi học hóc học hộp họp
trương trướng trường trưởng trưỡng
dai dài dải đai đài đải luân luấn luẩn loan lòan lọan
năm nắm nằm nẳm nẵm nặm

Trao đổi về học ngôn ngữ 🔢

Anna and Andrew continue their conversation with Mr Tam, who compliments them on their Vietnamese

ÔNG TÂM: Ông và cô có bận lắm không?
ANDREW: Thưa ông, tôi bận lắm.
ÔNG TÂM: Thế thì tốt. Chắc là ông mệt lắm.
ANNA: Thưa ông, tôi không bận lắm.
ÔNG TÂM: Thế à, như vậy chắc là cô không mệt lắm. Các vị nói tiếng Việt khá lắm!
ANDREW: Cám ơn. Thưa ông, tôi mới nói được ít thôi.
ANNA: Nhưng, ông Bond còn nói tốt hơn tôi.
ÔNG TÂM: Ông học mấy năm rồi?
ANDREW: Thưa ông, hai năm.
ÔNG TÂM: Ông học tiếng Việt ở đâu vậy?
ANDREW: Thưa ông, tôi học ở Bộ Ngoại Giao Anh.
ÔNG TÂM: Còn cô Anna, cô học ở đâu vậy?
ANNA: Thưa ông, tôi học ở trường đại học Luân Đôn. Tiếng Việt Nam khó lắm. Còn ông thế nào, ông Tâm? Chắc là ông nói tiếng Anh giỏi lắm.
ÔNG TÂM: Cám ơn cô.

MR TAM: *Are you very busy?*
ANDREW: *Yes, I am very busy.*
MR TAM: *That's good. You must be very tired.*
ANNA: *I'm not very busy.*
MR TAM: *Really, so you are probably not very tired. You both speak Vietnamese very well.*
ANDREW: *Thank you. I just speak a little.*
ANNA: *But he still speaks better than me.*
MR TAM: *How many years have you been learning it?*
ANDREW: *Two years.*
MR TAM: *Where did you learn it?*
ANDREW: *I learnt it in the British Foreign Office.*
MR TAM: *What about you, Miss Anna? Where did you learn it?*
ANNA: *I learnt it at the University of London. It's a very difficult language! What about you, Mr Tam? You must be very good at English?*
MR TAM: *Thank you.*

Vocabulary

tiếng	language	**trường**	school, college
Việt	Vietnamese	**trường đại học**	university
khá lắm	quite well	**Luân Đôn**	London
ít thôi	just a little	**khó**	difficult
tốt	good, well	**năm**	year, five
học	to learn, study	**tuổi**	year of age

Language points

Word order with thôi

The construction **chỉ . . . thôi** often means 'only'. **Thôi** is placed at the end of a sentence:

Anh ấy chỉ học *thôi*.   He *only* studies.

Ít thôi is used in the same way and means 'only a little':

Tôi biết nói tiếng Việt ít thôi.   I can speak Vietnamese only a little.

Thôi can also be used at the beginning of a sentence, when it has the meaning of 'that's all' or 'that's it'.

> *Thôi*, tôi không nói nữa.   *That's it*, I will not talk any more!

Expressing ability

làm	to do
đi	to go
Mỹ (Hoa kỳ)	United States
Tôi nói được tiếng Việt Nam.	I can speak Vietnamese.

Notice that the post-verb **được** comes after the main verb (in this case **nói**). It can come immediately after it as in the above example or at the end of the sentence. We can also say:

> **Tôi nói tiếng Việt Nam** *được*.   I *can* speak Vietnamese.

Được is often found in the construction **có thể . . . được**:

> **Tôi** *có thể* **nói** *được* **tiếng**   I *am able to* speak Vietnamese.
> **Việt Nam.**

Notice the word order in negative sentences:

> **Tôi không thể làm việc đó**   I *am unable* to do it.
> **được.**
> **Tôi chưa có thể đi Mỹ** *được*.   I *am unable* to go to the United States
> yet.

Years (năm)

The usual way of referring to a year is by giving the individual numbers:

năm một chín chín hai	1992		**năm một chín chín ba**	1993
năm một chín chín tư	1994		**năm một chín chín lăm**	1995

The easiest way of referring to the year 2000, however, would be **năm hai ngàn**.

You will also find the years given as numbers:

> **năm một ngàn chín trăm chín mươi tư**   1994

Ages

To ask someone's age you use **bao nhiêu** (or **mấy** for young children) along with **tuổi** which means 'year' when we are referring to someone's age:

Anh bao nhiêu tuổi?	*How old* are you?
Em bé này mấy tuổi?	*How old* is this child?

When giving your age you use the number and age or simply just the number. For example:

Tôi hai mươi lăm tuổi.	I am 25.
Tôi hai mươi lăm.	

Exercise 9

Đức	German
Trung Quốc	Chinese
Nhật	Japanese
Pháp	French

Answer these questions by saying that the person can speak the language only a little.

1 Cô Anna nói được tiếng Việt Nam không?
2 Ông John nói được tiếng Pháp không?
3 Ông bà Hoàn nói được tiếng Anh không?
4 Ông có nói được tiếng Đức không?
5 Ông Bùi Phụng nói được tiếng Trung Quốc không?
6 Các ông biết nói tiếng Nhật không?

Exercise 10

You want to know what languages Mr and Mrs Hoan speak. Ask him about French, German, Italian, Japanese, Chinese and English. Anna has some Australian friends in Hanoi. Ask her what languages they speak.

Exercise 11

You had promised your friend you would do these things and you now find you are unable to. How would you tell him? Begin by saying that you are sorry.

1 meet him today

2 go to Paris with him
3 come to his hotel
4 take his wife's suitcase to the hotel

Exercise 12

Here is a brief note about three candidates for a scholarship. Write down what each has been studying, how long, how intensively and where.

1 Anh John, cô Anna và cô Kirsty sang Việt Nam học tiếng việt ở trường đại học Sàigòn.
2 Anh John học ba giờ một ngày, ba ngày một tuần; thứ hai, thứ tư và thứ sáu.
3 Cô Anna học ba giờ một ngày vào thứ hai, thứ ba, thứ năm và thứ sáu.
4 Cô Kirsty học ba giờ một ngày, năm ngày một tuần, từ thứ hai đến thứ sáu.
5 Họ học trong ba tháng. Họ nói tiếng Việt khá tốt.

Exercise 13

You are interested in finding out how one of your friends has learnt Vietnamese. Ask her how many hours she studies a week, how long she has studied, where she has learnt it and how many hours she studies a day.

Exercise 14: prices

đĩa   plate

Your friend has been on a shopping spree. Ask her how much she paid for what she bought. Example:

Tôi mua một cái bàn.   I bought a table.
Cái bàn này ông mua bao   How much did it cost?
nhiêu tiền?

1 Tôi mua bốn cái ghế.
2 Tôi mua một cái bút.
3 Tôi mua mấy cái đĩa.
4 Tôi mua sáu cái cốc.

Exercise 15

dân số   population

Write down the population of each of the countries. For example:

Dân số Việt Nam là bảy mươi triệu.

1 Trung Quốc
2 Việt Nam
3 Anh
4 Mỹ
5 Pháp
6 Đức
7 Ý
8 Nhật

Exercise 16

Answer the questions about the population of these places.

1 Dân số nước Mỹ là bao nhiêu?
2 Dân số nước Đức là bao nhiêu?
3 Dân số nước Ý là bao nhiêu?
4 Dân số Luân Đôn là bao nhiêu?
5 Dân số Hà Nội là bao nhiêu?
6 Dân số Sài Gòn là bao nhiêu?

Exercise 17: asking someone's age

How would you ask your friend how old the following people are:

1 your friend himself
2 his wife
3 his baby daughter
4 his father
5 his young son

Exercise 18

Read this note on a remarkable family and note down the ages of the people mentioned.

Ông Xuân năm nay sáu mươi bảy tuổi. Vợ ông ấy mười tám tuổi. Bố ông ấy một trăm linh một tuổi. Ông Xuân có hai người con trai. Một người năm mươi tuổi và một người mới có mười tám tháng.

Exercise 19

Write a short dialogue in which you introduce your family to a Vietnamese guest. Tell them your friend is interested in how old they are and what languages they speak.

Exercise 20

We have seen that **nước** means 'country' and is combined with other words to give the names of particular countries. In the same way **tiếng** ('language') is combined with the same words to refer to specific languages. What do the following refer to?

1 nước Đức
2 tiếng Pháp
3 nước Ý
4 nước Trung Quốc
5 tiếng Nhật
6 tiếng Thái Lan

Anh James và cô Vân 〔▭▭〕

James, who is studying Vietnamese in London, gets talking to a Vietnamese student at a cocktail party

JAMES: Chào cô. Tôi là James. Tôi học tiếng Việt Nam ở trường đại học Luân Đôn.
VÂN: Chào anh. Tôi là Vân. Tôi từ Hà Nội đến đây.
JAMES: Đây là lần đầu tiên cô đến Luân Đôn phải không?
VÂN: Không, năm 1992 tôi đã ở đây ba tuần. Tôi học ở Pari.
JAMES: Cô đã ở Pari bao lâu?
VÂN: Hai năm.
JAMES: Cô có thích Pari không?
VÂN: Vâng, tôi thích Pari lắm.
JAMES: Cô thích Pari hơn hay Luân Đôn hơn?
VÂN: Tôi thích Pari hơn. Tôi có nhiều bạn ở Pari hơn. Nhưng tôi cũng rất thích Luân Đôn.
JAMES: Cô đến đây mấy ngày rồi?
VÂN: Mới có hai ngày. Bọn tôi đến đây tối thứ bảy. Anh nói tiếng Việt giỏi quá.

JAMES: Cám ơn cô. Tôi học tiếng Việt hai năm rồi. Cô nói được tiếng Anh không?

VÂN: Ít thôi. Tiếng Pháp thì tôi nói tốt lắm, nhưng tiếng Anh thì khó lắm.

JAMES: *Hello. I'm James. I'm studying Vietnamese at the University of London.*

VAN: *Hello. I'm Van. I'm from Hanoi.*

JAMES: *Is this the first time you have visited London?*

VAN: *No, I was here in 1992 for three weeks. I was studying in Paris.*

JAMES: *How long did you stay in Paris?*

VAN: *Two years.*

JAMES: *Did you like it?*

VAN: *Yes, very much.*

JAMES: *Which did you prefer, London or Paris?*

VAN: *I prefer Paris. I have more friends there. But I like London very much too.*

JAMES: *How many days have you been here?*

VAN: *Only two days. We arrived on Saturday night. You speak Vietnamese very well.*

JAMES: *Thank you. I've been learning it for two years. Can you speak English?*

VAN: *A little. I speak French very well but English is a very difficult language.*

Vocabulary

bọn tôi	we	**giỏi**	good, skilful, clever
tối	evening, night	**thì**	(roughly equivalent to 'then')

Exercise 21

Answer these questions on the dialogue:

1 Anh James học tiếng Việt Nam ở đâu?
2 Anh ấy nói tiếng Việt có giỏi không?
3 Cô Vân từ đâu đến?
4 Cô Vân là người Việt Nam hay Trung Quốc?
5 Cô Vân ở Pari bao lâu?
6 Cô Vân có thích Luân Đôn không?
7 Cô ấy nói tiếng Anh có tốt không?

8 Kể về bản thân mình

Telling someone about yourself

By the end of this lesson you should be able to:

- use the ordinal numbers
- use time clauses with 'before' and 'when'
- use reciprocal and reflexive pronouns ('each other, one another')
- use a more respectful form of greeting
- ask questions to confirm what you think
- ask what someone is doing something for

Gặp gỡ các bạn cùng lớp 🔲

Andrew has joined a class at the university in Hanoi to improve his Vietnamese and is meeting the teacher and some of the other students before the lesson starts

ÔNG TÂM: Chào các bạn. Tôi là Bùi Tâm, giáo sư Ban tiếng Việt trường Đại học tổng hợp Hà Nội. Trước khi vào bài học, xin các bạn tự giới thiệu để chúng ta làm quen với nhau.

ANDREW: Xin chào giáo sư. Tôi xin phép được tự giới thiệu. Tôi là Andrew Bond, bí thư thứ nhất Đại sứ quán Anh ở Hà Nội.

NICOLE: Tôi là Nicole Jannet. Tôi là người Pháp. Gia đình tôi sống ở Pari. Tôi sang Việt Nam du lịch và muốn làm việc ở đây, nhân tiện muốn học thêm ít tiếng Việt Nam.

ANDREW: Như vậy là chị đã học tiếng Việt ở Paris rồi phải không?

NICOLE: Thưa ông vâng. Ở Pari tôi có nhiều bạn người Việt Nam, và tôi học tiếng Việt với sự giúp đỡ của các bạn ấy.

ÔNG TÂM: Xin mời anh Sternberg, có phải anh cũng ở Pháp sang không?

STERNBERG: Thưa ông vâng. Tôi là người Hà Lan. Nhưng tôi sinh ở Pháp.

ANDREW: Vậy anh mang quốc tịch nào?

STERNBERG: Tôi mang quốc tịch Pháp.

ANDREW: Anh sang Việt Nam để làm gì?

STERNBERG: Tôi sang Việt Nam du lịch.

MR TAM: *Good morning, my friends. I am Bui Tam, Professor of Vietnamese at the University of Hanoi. Before we start the lesson please introduce yourselves. Then we can get to know one another.*

ANDREW: *Good morning, Professor. May I introduce myself. I am Andrew Bond, first secretary of the British Embassy in Hanoi.*

NICOLE: *I am Nicole Jannet. I'm French. My family live in Paris. I came to Vietnam as a tourist (lit. for tourism) but I want to work here. At the same time I would like to learn some more Vietnamese.*

ANDREW: *Did you learn any Vietnamese in Paris?*

NICOLE: *Yes, in Paris I have a lot of Vietnamese friends and I learnt the language with their help.*

MR TAM: *Mr Sternberg, do you come from France as well?*

STERNBERG: *That's right. I live in the Netherlands now but I was born in France.*

ANDREW: *So what is your nationality?*
STERNBERG: *I'm French (lit. 'my nationality is French').*
ANDREW: *What have you come to Vietnam for?*
STERNBERG: *I have come as a tourist.*

Vocabulary

trước	before	**gia đình**	family
làm quen	to make acquaintance	**phải**	yes, right
với nhau	with each other/one	**sống**	to live
	another	**du lịch**	tourism
vào	to come in	**nhân tiện**	improve the occasion,
bài học	lesson		on the same occasion
vào bài học	to begin the lesson	**thêm**	more
bí thư	secretary (i.e. diplomat)	**như vậy**	so
thứ nhất	the first	**sự giúp đỡ**	help
làm, làm việc	to work	**nhưng**	but
sang	to come, go	**sinh**	born
nước Pháp	France	**quốc tịch**	nationality
ngừơi Pháp	French		

Language points

Before (trước khi)

Trước khi (đây) tôi sống ở Việt   *Before I lived in Vietnam I lived in*
Nam tôi đã sống ở Paris.   *Paris.*

We can also use **trước** on its own with the same meaning.

Trước năm 1975 tôi sống ở   *Before 1975 I lived in Saigon.*
Sài Gòn.

When (khi)

âm nhạc   music
Khi tôi 12 tuổi, tôi bắt   *When I was 12 I started to learn*
đầu học âm nhạc.   music.

Ordinal numbers

Ordinal numbers consist of **thứ** plus the cardinal number:

nhất	one
thứ **nhất**	first
nhì, hai	two
thứ **nhì, hai**	second
thứ **tư**	fourth

Similarly, *thứ* **năm, sáu, bảy, tám, chín, mười**, etc.

Notice that 'first', 'second', 'fourth' are different from cardinal numbers (see Lesson 3: **một** one; **hai** two; **bốn** four).

The reciprocal pronoun nhau

Nhau corresponds to 'each other' or 'one another'.

Chúng ta làm quen với nhau. We get to know each other.

The reflexive pronoun tự

Tự can mean 'myself', 'himself', 'herself', 'themselves', etc.

Tôi *tự* **làm.**	I am doing it *myself*.
Cô ấy *tự* **học.**	She is learning *by herself*.

Greetings

Xin chào is a form of greeting which shows particular respect:

Xin chào ông Đại sứ.	Good morning, Ambassador.

Asking for confirmation

We saw that **phải** . . . **không** is roughly equivalent to question tags such as 'isn't it?'. The final particle **chứ** suggests even more strongly that you would like what you say to be confirmed.

Có lẽ chúng ta bắt đầu học rồi *chứ*?	Perhaps we may start the lesson, *shall we?*
Các bạn học xong rồi *chứ*?	My friends, you have finished studying, *haven't you?*

Để làm gì *('what for?' lit. 'to do what')*

Anh sang Việt Nam *để làm gì*?	*What* have you come to Vietnam *for*?
Anh học tiếng Việt Nam *để* ***làm gì*?**	*What* have you learnt Vietnamese *for*?

Exercise 1

Read these extracts from some résumés and make a note of what the applicants have done and when.

1 Năm 1980 học đại học Luân Đôn.
2 Năm 1984 sang Ý làm cán Bộ Ngoại Giao.
3 Năm 1987 sang Nhật buôn bán.
4 Năm 1989 làm quản lý khách sạn.
5 Năm 1990 học tiếng Pháp và sang Pháp làm Đại sứ ở Pari.
6 Năm 1991 về Anh lấy vợ, mua nhà, mua xe ô tô đẹp.

Exercise 2

There are two different ways of saying you are married in Vietnamese. **Lấy vợ, cưới vợ** is used by men, **lấy chồng** is used by women.
   Find as many ways as you can of saying when you:

1 started to learn Vietnamese
2 started your present job
3 went to another country
4 started to learn your first foreign language
5 got married
6 bought a car

Exercise 3

Give these people's nationality:

1 Mr An is from Saigon.
2 Miss Jannet comes from Toulouse.
3 Mr John is from Antwerp.
4 Mr Dean is from London.
5 Miss Sue comes from Sydney.
6 Miss Zhon is from Beijing.

Exercise 4

Answer these questions on the dialogue:

1 Cô Jannet sang Việt Nam để làm gì?
2 Anh Andrew sang Việt Nam để làm gì?
3 Anh Sternberg sang Việt Nam để du lịch hay học tiếng Việt Nam?
4 Cô Jannet học tiếng Việt với sự giúp đỡ của ai?
5 Anh Sternberg quốc tịch Pháp hay Đức?

Exercise 5

How would you ask someone if he:

1 has come to London for work or to study English
2 went to Paris to learn French or as a tourist
3 is Dutch or German
4 comes from Thailand or Vietnam
5 speaks French or German

Exercise 6

Write the Vietnamese for:

1 third
2 fifth
3 twenty-second
4 thirteenth
5 sixteenth
6 twenty-second
7 fourteenth
8 twenty-eighth
9 ninth

Exercise 7

Translate into Vietnamese:

1 my friend introduced himself.
2 I am learning English by myself.
3 my father did it himself.
4 we got acquainted with each other in Paris.
5 we came to England by ourselves.

Exercise 8

You want to find out the reason for some things your friends have done or are proposing to do. Ask them what they are doing or have done these for:

1 learning French
2 going to Australia
3 learning music
4 working in the airport
5 going to China

Exercise 9

Complete the following sentences:

1 Tôi xin giới thiệu . . .
2 Tôi xin tự giới thiệu . . .
3 Tôi tên là . . .
4 Trước khi vào bài học xin các bạn . . .
5 Anh Michele là . . .
6 Gia đình ông Bùi Tâm sống ở . . .
7 Tôi sang Việt Nam du lịch và nhân tiện muốn . . .
8 Tôi sang Mỹ du lịch và nhân tiện muốn . . .

Exercise 10

1 Look at the table showing imports from each to a South-East Asian country. How would you tell your Vietnamese friend the order (first, second, etc.) in which each ranks?

	m. dong
Australia	155
China	287
France	75
Germany	90
Netherlands	6
UK	86
USA	187

2 Now do the same for the amount that the same country exports to each.

m. dong	
Australia	15
China	87
France	5
Germany	190
Netherlands	56
UK	286
USA	787

Exercise 11

How do you ask someone to confirm that the following are correct:

1 Đà Nẵng ở miền Bắc Việt Nam.
2 Hải Phòng là một hải cảng.
3 Trường đại học Hà Nội ở gần hồ Tây.
4 Ông Phụng học tiếng Anh ở trường đại học Luân Đôn.
5 Khách sạn có buồng có máy lạnh.

Exercise 12

You are helping an Immigration Officer interview a Vietnamese visitor. Translate her questions into Vietnamese.

1 Have you come to England as a tourist?
2 How many days will you stay here?
3 How much money do you have?
4 How long did you spend in Paris?
5 Is this the first time you have been to Britain?
6 Did you work when you were in the Netherlands?
7 Did you learn French when you were in Paris?
8 What is your mother's nationality?

Exercise 13

Your Vietnamese friend, who has a furniture shop, wants to do business with an English firm. Translate for him these messages which a representative of the firm has sent him.

1 I am sorry I cannot speak Vietnamese. I have studied it on my own for two years but I can speak only a little.

2 I was unable to meet you on Friday. I arrived in Hanoi on Saturday.
3 I am sorry I am unable to see you on Thursday. I am going to the United States.
4 I want to buy about a hundred tables. How much do they cost? How many tables do you have? Do you have any chairs?
5 We can meet in the French restaurant. It is smaller and quieter than the restaurant in the Hilton hotel.

Exercise 14

The English firm sends a Vietnamese-speaking representative to your friend's furniture shop. She compares the various chairs and tables in the shop and they have time for some polite small talk. Write a dialogue between them.

Exercise 15: revision

Translate these sentences into English.

1 Tôi sang Việt Nam du lịch và muốn làm việc ở đây, nhân tiện muốn học thêm ít tiếng Việt Nam.
2 Anh học tiếng Việt Nam để làm gì?
3 Tôi thích cái buồng kia, rộng hơn và đi ra nhà ăn gần hơn, tiện hơn.
4 Ông thích buồng nhỏ hơn hay rộng hơn?
5 Tôi rất vui được đến thăm đất nước Việt Nam.
6 Chúng tôi chỉ có sáu cái ghế.
7 Tôi thích Pari hơn. Tôi có nhiều bạn ở Pari hơn. Nhưng tôi cũng rất thích Luân Đôn.

Chúc mừng anh ▣

James gets talking to a Vietnamese businessman he meets in London

JAMES: Ông ở Luân Đôn bao lâu?
XANH: Tôi ở đây bảy năm rồi.
JAMES: Ông đến đây để làm gì?
XANH: Lúc đầu tôi là học sinh, đến đây học lịch sử Việt Nam. Tôi thích Luân Đôn nên tôi ở lại đây. Tôi làm ở khách sạn, rồi tôi làm ở sân bay. Bây giờ tôi là nhà kinh doanh. Tôi làm cho tôi.
JAMES: Gia đình ông có ở đây với ông không?
XANH: Con trai tôi ở đây. Con trai tôi học quản lý khách sạn. Nhưng vợ tôi không đến ở Luân Đôn được. Vợ tôi làm việc ở Pari.

JAMES: Bà nhà là người Pháp phải không, thưa ông?
XANH: Vâng, thưa phải. Nhưng các con tôi mang quốc tịch Việt Nam.
JAMES: Bà nhà làm gì?
XANH: Nhà tôi là cô giáo. Đối với nhà tôi việc làm rất quan trọng. Con
          gái tôi ở Pari với nhà tôi. Con gái tôi đi học ở Pari.
JAMES: Ông gặp bà nhà và cô nhà vào lúc nào?
XANH: Tôi về Pari hai ba lần một năm. Nhà tôi đến đây nghỉ phép. Các
          con tôi bây giờ biết nói cả tiếng Anh và tiếng Pháp. Nhưng lại
          không biết nói tiếng Việt Nam. Thế mới buồn chứ. Còn anh thế
          nào. Anh có vợ chưa?
JAMES: Chưa, tôi chưa có vợ. Nhưng tôi sẽ cưới vợ vào tháng hai này.
XANH: Thế thì vui quá. Tôi chúc mừng anh.

Vocabulary

giáo viên	school teacher
sử học	history study
lịch sử	history
Biết nói cả tiếng Anh và tiếng Pháp.	He can speak both English and French.
	(**cả** literally means 'include, all')
Thế mới buồn chứ.	So that's sad you see! (isn't it)
Chúc mừng anh.	*lit.* I congratulate you.
Chúc anh may mắn.	I wish you good luck.

Exercise 16

Find out:

1 what Xanh came to London for
2 where his family are and what they are doing
3 why he wishes James good luck

9 Mời bạn

An invitation

By the end of this lesson you should be able to:

- use some more classifiers
- use the demonstratives
- use the interrogative pronoun **gì**
- talk about the time (including months and days of the week)
- use the co-ordinator **thì**
- use the equivalent of 'anywhere' and 'anything'
- use some more time adverbials (e.g. 'next week, two years ago')
- indicate that something is contrary to what you expected
- use some more expressions of probability

Đến hiệu sách 🔲

Mr Binh invites his colleague, John, to go shopping with him. John had expressed interest in seeing a bookshop that Mr Binh knows of

ÔNG BINH: Ông John, trưa mai ông có được rỗi không?
JOHN: Dạ, thưa ông, tôi được rỗi. Ông muốn chỉ bảo gì vậy?
ÔNG BINH: Tôi đến hiệu sách mua mấy cuốn sách. Ông có muốn đi với tôi không?
JOHN: Thế thì tốt quá. Cám ơn ông nhiều. Vậy mấy giờ chúng ta gặp nhau?
ÔNG BINH: Ta sẽ gặp nhau ở trường đại học lúc hai giờ.

Trong hiệu sách

ÔNG BINH: Ông muốn mua sách gì?
JOHN: Tôi muốn mua cuốn sách này. Cuốn sách này nói về lịch sử Việt Nam, và chỉ có năm ngàn đồng thôi. Không đắt lắm.
ÔNG BINH: Sách ở đây rẻ lắm. Không đắt như ở Luân Đôn.
JOHN: Ông muốn mua gì?
ÔNG BINH: Tôi muốn mua mấy cuốn sách, và một tờ báo.
JOHN: Ông muốn mua báo nào?
ÔNG BINH: Báo 'Nhân dân'.

MR BINH: *Excuse me, John, are you free tomorrow afternoon?*
JOHN: *Yes, I think so. Why do you ask? (lit. What do you want to ask?)*
MR BINH: *I am going to the bookshop to buy some books. Would you like to come with me?*
JOHN: *That is very kind of you. Thank you very much. What time shall we meet?*
MR BINH: *I will meet you at the university at 2 o'clock.*

Later, at the bookshop.

MR BINH: *Which book do you want to buy?*
JOHN: *I want to buy this book. It's about Vietnamese history. It's only 5,000 dong. That's not expensive.*
MR BINH: *Books are very cheap here. Not like in London.*
JOHN: *What do you want to buy?*
MR BINH: *I want to buy several books. And I also want to buy a newspaper.*
JOHN: *Which newspaper do you want to buy?*
MR BINH: *'The People'.*

Vocabulary

được rỗi	to have free time, be free	**mua**	to buy
cuốn	(classifier for books)	**này**	this
tờ	(classifier for paper, newspaper)	**chỉ bảo**	to advise, give advice
		nào	which, what
		giờ	hour, o'clock

Language points

More on the classifiers

Classifiers are normally used when we are referring to a specific object, not when we are talking about things in general:

Tôi muốn mua một quyển (*cuốn*) sách.	I want to buy *a* book.
Tôi muốn mua một *cuốn* sách về lịch sử Việt Nam.	I want to buy *a* book about Vietnamese history.

But:

Sách ở đây rẻ lắm.	Books are very cheap here.
Sách ở Luân Đôn đắt lắm.	Books in London are very expensive.

The classifiers **cuốn**, **quyển** can also used with **tự điển** ('dictionary'), **lịch** ('calendar'). The classifier **tờ** can be used in **tờ báo** ('a newspaper'), **tờ giấy** ('a sheet of paper').

Here are some more classifiers that you should learn at this stage:

một cái bàn	a table
một cái ghế	a chair
một cái bút	a pen
một quả chuối	a banana
một quả cam	an orange
một quả chanh	a lemon
một con cá	a fish
một con gà	a chicken
một con chó	a dog

Demonstratives: này ('this'), kia ('that')

Notice that the demonstratives follow the noun they refer to:

Tôi muốn mua cuốn sách này.	I want to buy this book.
Tôi muốn mua cuốn sách kia.	I want to buy that book.

Both words must be used with the appropriate classifier.

Interrogative pronouns: gì? ('what?'), nào? ('which?')

Nào and **gì** come at the end of the sentence:

Ông muốn mua cuốn sách *nào*?	*Which* book do you want to buy?
Ông muốn mua *gì*?	*What* do you want to buy?

Notice that **nào** is used with the classifier whereas **gì** is not.

Talking about free time

Chủ nhật này ông có được rỗi không?	Are you free this Sunday?
Chủ nhật này ông có bận gì không?	Are you busy (doing something) this Sunday?

You would usually answer the question by saying:

Dạ, tôi được rỗi. Ông định chỉ bảo gì vậy?	Yes, I am free. What would you like to ask (tell) me?

or:

Xin lỗi, tôi bận. Ông định chỉ bảo gì vậy?	Sorry, I am busy. What would you like to tell me?

Telling the time

một giờ	one o'clock
hai giờ	two o'clock
ba giờ	three o'clock

The other hours are formed in the same way. Notice:

mười hai giờ	twelve o'clock (12 a.m.)
mười hai giờ trưa	twelve o'clock afternoon
mười hai giờ đêm	twelve o'clock at night (12 p.m.)

hai mươi bốn giờ	twelve o'clock at night ('twenty-four' o'clock)
một giờ năm	five past one (*lit.* one o'clock and five)
một giờ ba mươi	1.30
một giờ rưỡi	half past one
hai giờ kém năm	five to two (*lit.* two o'clock and short of five)

Asking the time

Mấy giờ rồi?	What time is it now?
Hai giờ rồi.	It is two o'clock now.

Exercise 1

Write the time in Vietnamese: 8 a.m., 11.30 a.m., 4.25 p.m., 12 p.m., etc.

Exercise 2

You run into a group of friends who are shopping. Ask them what they want to buy and write their reply. **Anh muốn mua gì?**

Exercise 3

Look at Mr Binh's shopping list and ask him how many of each item he wants to buy.

Ông muốn mua bao nhiêu cuốn sách? etc.

Now suggest an answer to your questions.

sách, báo, tự điển, bút, giấy, bàn chải đánh răng, TV, máy chữ, bàn

Exercise 4

Using the same shopping list, make questions and answers on this pattern:

Ông muốn mua quyển sách nào?	Which book do you want to buy?
Toi muốn mua quyển sách này.	I want to buy this book.

Exercise 5

Ask a follow-up question as in the example:

Tôi muốn mua một cuốn sách. Ông muốn mua cuốn sách nào?

1 Tôi muốn mua một chiếc ô tô (xe hơi).
2 Tôi muốn mua một cái bàn.
3 Tôi muốn mua một tờ báo.
4 Tôi muốn đọc một quyển sách.
5 Tôi muốn đọc một tờ báo.

Exercise 6

Translate into Vietnamese:

1 This newspaper is expensive.
2 Books are expensive.
3 This book is about the history of England.
4 Newspapers are cheap here.
5 This table is very expensive.

Exercise 7

xi-nê, rạp chiếu bóng cinema   **quán rượu, tiệm rượu, bar**   bar
phim   film

Ask a follow-up question as in the example:

Tôi muốn đến hiệu sách. Ông muốn mua gì?

1 Tôi muốn đến hiệu ăn.
2 Tôi muốn đến rạp chiếu bóng.
3 Tôi muốn đến tiệm rượu.
4 Tôi muốn đi Đà Nẵng.

Exercise 8

How would you ask Anna if she is free:

tomorrow evening
Wednesday morning
next week
on Sunday
next Saturday
on Thursday afternoon

How would you ask her if her friends are free at the same times?

Exercise 9

How would you invite Andrew to go to the following places:

1 the bookshop
2 the hotel bar
3 a restaurant
4 Đà Nẵng
5 the cinema

Exercise 10

You want to invite your friend to dinner but he/she is nearly always busy.
Write a suitable dialogue.

Exercise 11

Read this description of how Mr Dean is going to spend next week and
complete his diary for him.

đi làm ở Bộ Ngoại Giao.
Đi mua sách.
Ăn cơm với bạn.
đi xem xi-nê
đi Sài Gòn
đọc sách ở nhà
học tiếng Việt Nam.

Exercise 12

Complete this dialogue:

Chào ông, ông đi đâu đấy?
Dạ, không dám, chào ông, tôi đi . . . còn ông đi đâu?
Dạ, tôi đến . . . để mua sách.
Ông mua sách gì vậy?
Dạ, tôi mua sách về . . .

Mời bạn 📼

Mr Binh invites John to go to his house

ÔNG BINH: Thưa ông John, chủ nhật này ông bà có được rỗi không?
JOHN: Dạ, xin lỗi ông, chủ nhật này chúng tôi không được rỗi. Ông định chỉ bảo gì vậy?
ÔNG BINH: Chắc ông bà bận đi dự tiệc ở Bộ Ngoại Giao có phải không?
JOHN: Dạ, thưa phải.
ÔNG BINH: Ngoài chủ nhật ông bà còn được nghỉ ngày nào không?
JOHN: Thường là chúng tôi làm việc từ thứ hai đến thứ sáu. Thứ bẩy và chủ nhật thì nghỉ. Mời ông bà đến chơi với chúng tôi vào ngày thứ bẩy.
ÔNG BINH: Cám ơn ông. Thứ bẩy chúng tôi vẫn phải làm. Chỉ được nghỉ ngày chủ nhật thôi.
JOHN: Vậy chắc ông bà phải đi chợ vào ngày chủ nhật?
ÔNG BINH: Biết làm thế nào được. Chúng tôi vất vả hơn các ông nhiều.
JOHN: Vậy mời ông bà đến chơi vào chủ nhật sau.
ÔNG BINH: Cám ơn ông. Nhưng chúng tôi lại muốn mời ông bà đến chơi với chúng tôi vào chủ nhật sau. Như vậy có được không ạ?
JOHN: Cám ơn ông. Thế thì tốt quá. Chúng tôi nhất định sẽ đến.
ÔNG BINH: Cám ơn ông. Xin ông bà đến vào lúc bẩy giờ tối. Nhà tôi số 14, phố Hai Bà Trưng.
JOHN: Cám ơn ông bà nhiều lắm.

MR BINH: *John, are you and your wife free this Sunday?*
JOHN: *I'm sorry, we aren't free on Sunday. Why do you ask?*
MR BINH: *I expect you are busy attending the party at the Foreign Ministry?*
JOHN: *Yes, that's right.*
MR BINH: *Besides Sunday, do you have any (other) day off?*
JOHN: *Usually we work from Monday to Friday, then we have Saturday and Sunday off. Please come and see us on Saturday.*
MR BINH: *Thank you. We still have to work on Saturday. We only have Sunday off.*
JOHN: *So do you have to go shopping on Sunday then?*
MR BINH: *What can we do! We work much harder than you.*
JOHN: *So please come and see us next Sunday.*
MR BINH: *Thank you, but we would like to invite you and your wife to come and see us next Sunday. Is that OK?*
JOHN: *Thank you. It's very good (of you). Certainly we will come.*

MR BINH: *Thank you. Please come at seven o'clock in the evening. My address (house number) is 14 Hai ba Trung street.*
JOHN: *Thank you very much.*

Vocabulary

ông bà	you (for a married couple, i.e. 'you and your spouse')	**thường (là)**	usually, often
		từ . . . đến	from . . . to
		vẫn	still
dự	to attend, be present	**đi chợ**	to go to the market, go shopping
tiệc	party, dinner, feast, banquet	**nhất định**	certainly
ngày	day	**vào lúc**	at the time, when
nghỉ	to rest, relax, have time off	**tối**	evening
		vất vả	to be hard, difficult

Language points

The co-ordinator thì

You will find the word **thì** used with a number of different meanings which you will have to learn as you encounter them. In the dialogue it is used to mean 'then'.

Chúng tôi làm việc từ thứ hai đến thứ sáu. Thứ bẩy và chủ nhật *thì* nghỉ. We work from Monday to Friday. *Then* we have Saturday and Sunday off.

Thì can also mean 'in this case' or might just be rendered in English by 'this':

Cám ơn ông. Thế *thì* tốt quá. Thank you. *This* is very good. (*lit.* In this case it is very good)

Constructions with thì meaning 'anywhere' and 'anything'

Anh muốn đi đâu *thì* đi. You can go *anywhere* you like.
Anh muốn làm gì *thì* làm. You can do *anything* you like.
Anh muốn nói gì *thì* nói. You can say *anything* you like.
Anh muốn ăn gì *thì* ăn. You can eat *anything* you like.

Lunar and calendar months

The months of the year are formed by using **tháng** plus the number:

tháng một	January
tháng hai	February
tháng ba	March
tháng tư	April

then up to **tháng mười hai** ('December'). Notice **tháng tư** for April (not **tháng bốn**). In the lunar calendar 'January' is **tháng giêng** not **tháng một**; November is **tháng một** not **thánh mười một**; December is **tháng chạp** not **tháng mười hai**.

More expressions of time

tuần này	this week
tuấn trước	last week
tuần sau	next week
tháng này	this month
tháng trước	last month
tháng sau	next month
năm nay	this year
năm ngoái, năm qua	last year
năm sau, sang năm, năm tới	next year
năm trước	the previous year or the year before
mười năm trước or	ten years ago
cách đây mười năm	
mười năm sau	after ten years
mười năm nữa	in ten years' time (*lit.* ten years more)

You can use the same construction with 'month', 'week' and 'day'.

cách đây hai ngãy	two days ago
cách đây hai tháng	two months ago
cách đây hai tuần	two weeks ago

Lại *indicating that something is contrary to expectation*

Lại can often be translated as 'but'. It functions, however, as an auxiliary verb.

Cám ơn ông. Nhưng chúng tôi *lại* muốn ông bà đến chơi vào chủ nhật sau.	Thank you. *But* we would like to invite you and your wife to come to see us next Sunday.

The use of chắc là, chắc chắn, chắc

Chắc là means 'probably'; **chắc chắn** means 'to be sure'; **chắc** alone means 'probably' or 'maybe'.

Chắc là **hôm nay cô ấy bận.**   She is *probably* busy today.
Anh có *chắc chắn* **là cô ấy**   *Are you sure* she is coming?
sẽ đến không?
Chắc là **như vậy.**   *Maybe* something like that.

Exercise 13

Answer these questions:

1 Hôm qua thứ mấy?
2 Hôm nay là thứ mấy?
3 Ngày mai là thứ mấy?
4 Tháng này là tháng mấy?
5 Tháng trước là tháng mấy?
6 Tháng sau là tháng mấy?

Exercise 14

Say one thing you will do or did:

1 last year
2 five years ago
3 next year
4 in two years' time
5 last week
6 next week

Exercise 15

Make as many sentences as you can on this pattern:

Tuần trước tôi đi Mỹ.
Sang năm chúng tôi đi . . .

Exercise 16

Answer these questions following the example:

Tôi đi đâu? Anh muốn đi đâu thì đi.

1 Tôi làm gì bây giờ?
2 Tôi ăn gì bây giờ?
3 Tôi ở đâu?
4 Tôi phải nói gì?
5 Tôi nên mua gì?

Exercise 17

Look at Andrew's diaries for this year and last year and write down how he spent or will spend his time.

năm ngoái
đi du lịch ở Việt Nam
gặp ông Đai sứ Anh ở Hà Nội
đi dự tiệc ở Bộ Ngoại Giao Việt Nam
năm nay
gặp gia đình ở Luân Đôn
đi làm, mua bàn ghế, mua nhà, lấy vợ

Exercise 18

Respond to these invitations using **lại**:

1 Ngày mai ông có muốn đi mua sách không?
2 Tuần sau ông đến chơi xơi cơm được không?
3 Sang năm ông sang chơi với chúng tôi ở Úc được không?
4 Ông đi xem xi-nê với tôi được không?
5 Tôi muốn mời cô đi ăn hiệu với tôi có được không?

Exercise 19

làm việc xong, nghỉ làm   finish work

How would you ask someone:

1 how many hours they work a day
2 how many days they work a week
3 how many days a week they have free
4 which days of the week they work
5 which days of the week they have free
6 how many weeks' holiday they have a year
7 what time they start work
8 what time they finish work

Exercise 20

Answer the questions in Exercise 19.

Exercise 21

You are expecting some friends to come to your house. How would you ask someone if they are sure of the following?

1 Ông Thanh sẽ đến
2 Hôm nay cô Thu bận
3 Ông Tâm sẽ đến trễ
4 Bà Tâm nói được tiếng Anh
5 Ông Huy sẽ đến bằng xe Taxi

Exercise 22

Now answer the questions in Exercise 21 saying that each of the above will probably or certainly happen.

Exercise 23

Complete the following sentences with **nhất định**, **chắc**, **chắc chắn**, **chắc là**:

1 Hôm nay Bộ Ngoại Giao Việt Nam mở tiệc chiêu đãi các Đại sứ quán nước ngoài ở Hà Nội . . . ông Đại sứ Anh sẽ đến dự tiệc.
2 Anh có . . . giờ mở cửa làm việc cuả Đại sứ quán Anh ở Hà Nội từ tám giờ sáng đến ba giờ chiều không?
3 Ngày mai tôi . . . sẽ đến thăm ông.
4 Cô ấy . . . không lấy chồng.

Tone practice 🔳

In this tone practice we use a Vietnamese poem to practise the months of the year.

Năm xưa em chửa có chồng.
Bây giờ em đã con quấn, con dắt, con bồng, con mang.

Tháng Giêng là tháng ăn chơi.
Tháng hai là tháng nghỉ ngơi ở nhà.
Tháng ba là tháng trồng cà.
Tháng tư buôn đậu cùng là tháng năm.

Tháng sáu buôn nhãn bán trăm.
Tháng bảy ngày rằm xóa tôi vong nhân.
Tháng tám chơi đèn kéo quân.
Trở về tháng chín chung chân buôn hồng.
Tháng mười buôn thóc bán bông.
Tháng một tháng chạp nên công hoàn toàn.
Chắc là nàng vẫn chưa chồng.
Nhưng sao ta vẫn thấy lòng không yên.
Mười năm ly biệt não nùng.
Mười năm năm ấy mặn nồng với ai.

Việc làm mới 🔘🔘

John meets his friend Mr Tran and asks him about his new job

JOHN: Chào anh. Anh khoẻ không?

ÔNG TRAN: Cám ơn anh, tôi khoẻ. Còn anh thế nào? Anh đang bận phải không?

JOHN: Không, tôi không bận lắm. Có thể tôi sắp nghỉ phép. Còn anh thế nào? Anh có thích việc làm mới cuả anh không?

ÔNG TRAN: Tốt lắm. Công việc rất hay. Nhưng vất vả lắm.

JOHN: Anh làm bao nhiêu giờ một tuần?

ÔNG TRAN: Tôi làm chín giờ một ngày vào các ngày thứ hai, thứ ba và thứ tư. Rồi tôi được nghỉ ngày thứ năm. Tôi làm tám giờ một ngày vào thứ sáu, thứ bảy và chủ nhật. Đôi khi, tôi làm suốt đêm, rồi được nghỉ hai ngày liền. Vất vả quá.

JOHN: Thế thì vất vả thật. Khi về đến nhà, chắc anh mệt lắm nhỉ.

ÔNG TRAN: Phải rồi, mệt lắm. Chỗ làm việc thì nóng mà lại không có máy điều hòa nhiệt độ. Cho nên, khi về đến nhà, là phải tắm ngay.

JOHN: Như vậy, chắc là anh phải đi mua đồ vào buổi tối phải không?

ÔNG TRAN: Không, tôi đi chợ vào ngày nghỉ.

JOHN: Chủ nhật anh có được rỗi lúc nào không?

ÔNG TRAN: Chỉ khi nào tôi làm đêm thứ bảy thì chủ nhật mới được nghỉ.

JOHN: Anh có thật thích việc làm của anh không?

ÔNG TRAN: Có chứ. Công việc hay lắm, lại kiếm được nhiều tiền.

Exercise 24

Make notes on what Mr Tran thinks about his new job, what his working conditions are and what his new life is like.

10 Thăm bạn

Calling on some friends

By the end of this lesson you should be able to:

- address and refer to some members of the family
- refer to numbers of people (e.g. 'both', 'all' and 'everyone')
- ask if someone is well
- make invitations and requests
- express and respond to thanks
- accept or refuse something politely

Thăm một gia đình 📼

Mr and Mrs Bond visit Mr Phung's house and meet his family

ÔNG PHỤNG: Xin chào ông bà. Mời ông bà vào trong nhà.

ÔNG BOND: Xin chào ông. Ông mạnh khỏe không?

BÀ BOND: Chào ông. Ông bà và các cháu mạnh khỏe cả chứ ạ.

ÔNG PHỤNG: Dạ, cám ơn ông bà. Tôi mạnh khỏe như thường. Nhà tôi và các cháu cũng đều mạnh khỏe cả. Xin mời ông bà ngồi.

ÔNG BOND: Cám ơn ông.

BÀ BOND: Cám ơn ông.

ÔNG PHỤNG: Còn ông bà và các cháu dạo này thế nào, cũng mạnh giỏi cả chứ ạ?

ÔNG BOND: Cám ơn ông. Chúng tôi đều mạnh khỏe cả.

ÔNG PHỤNG: Thưa ông bà dùng nước chè hay cà phê? Ông bà có hút thuốc không ạ?

ÔNG BOND: Dạ, thưa ông, ông cho xin tách cà phê. Cám ơn ông, tôi không hút thuốc lá.

ÔNG PHỤNG: Thưa còn bà, bà Bond?

BÀ BOND: Dạ, ông làm ơn cho xin tách nước trà. Tôi cũng không hút thuốc lá, thưa ông.

MR PHUNG: *Good evening, Mr and Mrs Bond. Please come in.*

MR BOND: *Good evening, Mr Phung. How are you?*

MRS BOND: *Good evening, Mr Phung. Your wife and children are well, I hope.*

MR PHUNG: *Thank you. I am as well as usual. My wife and children are fine, too. Please sit down.*

MR BOND: *Thank you.*

MRS BOND: *Thank you.*

MR PHUNG: *How are you and your children these days? You are all well, I hope?*

MR BOND: *(Yes), thank you. We are all well.*

MR PHUNG: *Would you like tea or coffee? Would you like a cigarette?*

MR BOND: *A cup of coffee, please. Thank you, I don't smoke.*

MR PHUNG: *What about you, Mrs Bond?*

MRS BOND: *May I have a cup of tea please? I don't smoke either.*

Vocabulary

vào	to come in	**các cháu**	nephews, nieces, grandchildren
trong	in, inside	**ngồi**	to sit

dạo này	these days	**chè, trà, nước chè, trà**	tea
mạnh giỏi	fine, well	**hay**	or
= **mạnh khỏe**		**cà phê**	coffee
giỏi	to be good, clever	**hút thuốc**	to smoke
dùng	to use	**thuốc lá**	cigarette

Language points

All, both and everyone

We have seen that **cả** and **cả hai** mean 'both'. For example:

Xin mời *cả hai* vị cùng đến.   Please come together (*both of you*).

In this lesson we see that **cả** means 'all' or 'everyone'.

Ông bà và các cháu đều   You and your children are *all* well, I
mạnh khỏe *cả* chứ ạ.   hope.

Asking if someone is well

Just as in English, it is polite to greet someone by asking about their health:

Ông có khỏe không?   How are you?
Bà nhà và các cháu có   How are your wife and children?
khỏe không?

Polite invitations

We have seen that **mời** and **xin mời** are polite ways of inviting someone to do something:

Xin mời **ông bà vào.**   *Please* come in.
Xin mời **ông bà ngồi.**   *Please* take a seat.

Both are polite but **xin mời** is even more polite than **mời** alone.

Inviting someone to eat or drink

The polite way of asking someone to eat or drink is to use the verb **dùng** (literally 'to use'):

Ông *dùng* nước chè hay cà phê?   Would you like tea or coffee?

Xin mời ông vào *dùng* cơm. Please come to dinner.

Within the family or among close friends, however, the Vietnamese would say: **Anh uống nước chè hay cà phê? Mời anh vào ăn cơm.**

Polite requests

Xin can also be used to make a request:

Xin **cho một tách cà phê.**	A cup of coffee, *please.*
Xin **cho tôi một đồng.**	*Please* give me one dong.

Vocabulary notes

Some more forms of address

Ông bà (*lit.* grandparents) can be used to address a married couple:

ông bà	(when talking to a middle-aged couple)
anh chị	(when addressing a young couple)

Referring to children:

các cháu	children

In Vietnamese families the parents often call their children **cháu** when they talk to guests. Within the family they call their children **con**. Notice that **cháu** can also mean 'nephew', 'niece' or 'grandchildren'.

Exercise 1

Use **xin mời** to invite your guest to:

1 sit down
2 come in
3 drink some tea
4 have some coffee
5 have dinner
6 go to the hotel
7 go to the cinema

Exercise 2: asking if someone is well

How would you ask someone about their:

1   husband
2   wife
3   son
4   daughter
5   wife and children
6   husband and children

Exercise 3: saying if someone is well

Answer the above questions affirmatively.

Exercise 4

bia	beer	**ly (cốc)**	glass
rượu	wine	**Đức**	Germany, German
nước hoa quả	fruit juice		

Ask someone if they would like the following:

1   tea or coffee
2   beer or wine
3   a glass of wine or a cup of tea
4   Chinese tea or Vietnamese tea
5   French wine or German wine
6   beer or fruit juice

Exercise 5

Now answer the questions in Exercise 4.

Exercise 6

Now ask someone if you could have each of the items in Exercise 4.

Exercise 7

Answer the same questions using 'either'. For example:

> **Tôi không uống nước chè và cũng không uống cà phê.** I don't drink tea and I don't drink coffee either.
>
> **Tôi không uống bia và cũng không uống rượu.** I do not drink beer and I do not drink wine either.

Exercise 8

Mr Phu is a teetotaller; he doesn't smoke but he enjoys watching television and going to the cinema. Anna never goes to the cinema but she likes watching television and enjoys the odd drink. Write a short dialogue between them.

Exercise 9

giữ người cho mảnh mai	keep slim (*lit.* keep body slim)
thói hư	bad habit

How do you respond if someone says:

1 Ông bà và các cháu mạnh khỏe cả chứ ạ?
2 Thưa bà dùng nước chè hay cà phê?
3 Chắc là cô muốn giữ người cho mảnh mai.
4 Tôi có thói hư là hút thuốc lá.
5 Nhà tôi bảo hút thuốc lá không tốt.
6 Thưa nước chè của bà đây.

Tone practice

Practise saying the same group of syllables with different tones: **ngồi, khỏe, giỏi, giữ, gọi, khách, khanh.**

ngôi ngồi ngổi ngỗi ngội
khoe khóe khòe khỏe khõe khọe
gioi giói giòi giỏi giõi giọi
giư giữ giường giương giưởng giưỡng giượng
goi gói gòi gỏi gõi gọi
khách khạch
khành khanh khánh khảnh khãnh khạnh

Đàm thoại về ăn uống

Mr and Mrs Bond continue their conversation about eating and drinking with Mr Phung

ÔNG PHỤNG: Thưa ông bà có dùng đường và sữa không ạ?
ÔNG BOND: Ông cho xin một thìa đường và một chút xíu sữa thôi.

ÔNG PHỤNG:	Bà Bond, thì lại hay uống cà phê đen và nước chè đặc phải không ạ?
BA BOND:	Dạ, thưa ông, tôi và các cháu gái không dùng đường và sữa, chỉ dùng cà phê đen và nước trà đặc thôi ạ.
ÔNG PHỤNG:	Chắc là bà và cô muốn giữ người cho mảnh mai, sợ bị lên cân phải không ạ.
ÔNG BOND:	Thưa ông, chắc là như vậy. Nhưng tôi không có chút sữa và đường vào cà phê thì không chịu được. Nhà tôi bảo đó là một thói hư.
BÀ BOND:	Không phải thói hư thì cũng không thể gọi là tốt được.
ÔNG PHỤNG:	Thưa nước trà của bà đây. Thưa cà phê của ông đây.
ÔNG BÀ BOND:	Cám ơn ông nhiều lắm.
ÔNG PHỤNG:	Dạ, thưa có gì đâu.

MR PHUNG:	*You take milk and sugar, don't you?*
MR BOND:	*Yes, please. One spoon of sugar and just a little milk.*
MR PHUNG:	*Mrs Bond, you usually drink black coffee and strong tea, don't you?*
MRS BOND:	*Yes. My daughters and I don't take milk or sugar. We only drink black coffee and strong tea.*
MR PHUNG:	*You probably want to stay slim and are frightened of putting on weight. Is that right?*
MR BOND:	*I think that's true. But I can't stand coffee without milk and sugar. My wife says it is a bad habit.*
MRS BOND:	*It's not a very good one.*
MR PHUNG:	*Here's your tea, Mrs Bond and your coffee, Mr Bond.*
MR AND MRS BOND:	*Thank you very much.*
MR PHUNG:	*Not at all.*

Vocabulary

tách	cup	mảnh mai	slim
sữa	milk	sợ	to be frightened
chút xíu	just a little	lên cân	to put on weight
đen	black	chịu	to sustain, bear, accept
đặc	strong (for tea)	bảo	to tell, say
giữ	to keep, hold, stay	có gì đâu	not at all (it's nothing)

Language points

Adverbs of frequency

thường, thường hay	often, frequently
thường thường, thường là	usually
luôn luôn	always

Tôi *thường hay* uống cà phê   I *often* drink coffee in the morning.
vào buổi sáng.
Nhà tôi *thường là* uống   My wife *usually* drinks strong tea and
nước chè đặc và cà phê đen.   black coffee.

Markers of present time

Đang is used with a main verb to indicate that an action is in progress.

| Tôi *đang* làm. | I am doing it *now*. |
| Tôi *đang* làm việc. | I am working *at this moment*. |

Expressing thanks

Cám ơn.	Thank you.
Cám ơn nhiều.	Thank you very much.
Cám ơn nhiều nhiều lắm.	Thank you very very much indeed.

Responding to thanks

| Không có gì. | Not at all. |
| Dạ, cám ơn. | Yes, thank you. |

Accepting something

| Dạ, vâng ạ. | Yes, please. |

Polite refusals

| Thưa không, cám ơn. | No, thank you. |

Vocabulary

mỉm cười	smile
bưng	to carry, take, bring
khay	tray

Exercise 10

Translate into English:

1 Tôi không đọc báo thì không chịu được.
2 Tôi chỉ dùng chút xíu đường thôi.
3 Cô Thu mỉm cười chào tôi.
4 Tôi bưng khay nước chè ra mời khách.
5 Anh ấy không hút thuốc lá và nước chè đặc.
6 Ông John có thể nói được tiếng Anh, tiếng Pháp và tiếng Đức.
7 Cô ấy ăn nhiều quá, nên không giữ được người mảnh mai.
8 Dạo này cô Thu có đi làm không?
9 Cô ấy đến nhà cô Anna chơi phải không?
10 Nhà anh có nhiều khách không?

Exercise 11

You want to bring someone up to date with your friends. Tell him what they are doing now:

Mr A: studying English in America
Miss B: working in a hotel in Paris
Miss C: a bank manager in Australia
Mr D: on holiday in Korea
Mrs E: married and living in London

Exercise 12

Say how often you do these things:

1 drink coffee
2 drink wine
3 go to the cinema
4 watch television
5 stay in an expensive hotel
6 smoke

Thích và không thích

Mr Davis and Mr Binh are talking about their likes and dislikes

DAVIS: Tôi nghe nói; người Việt Nam thích uống nước chè đặc lắm phải không ông?

BÌNH: Dạ, phải. Còn người Anh thích uống nước chè hay cà phê?

DAVIS: Người Anh chúng tôi thích chè Anh.

BÌNH: Người Anh hay nói về thời tiết lắm phải không, thưa ông?

DAVIS: Vâng, khi gặp nhau người Anh hay nói về thời tiết.

BÌNH: Trong một năm ông thích mùa nào nhất?

DAVIS: Tôi thích nhất mùa hè; đó là mùa đi nghỉ mát.

BÌNH: Người Việt Nam lại thích mùa thu hơn. Mùa hè ở Việt Nam nóng lắm. Nhưng mùa thu thì mát, thời tiết rất tốt.

DAVIS: Ông có hay đi bơi vào mùa hạ không?

BÌNH: Dạ, có.

DAVIS: Ở Việt Nam bãi biển nào đẹp nhất?

BÌNH: Nhiều người nói Nha Trang, Vịnh Hạ Long. Nhưng tôi thích bãi biển Đồ Sơn hơn.

DAVIS: Mùa đông ở Việt Nam có lạnh như ở nước Anh không?

BÌNH: Không, ngày lạnh nhất vào mùa đông ở Việt Nam chỉ 10 độ.

DAVIS: Tết Việt Nam vào mùa xuân phải không, thưa ông.

BÌNH: Vâng, và chúng tôi cũng rất thích mùa xuân.

Vocabulary

mùa	season	**thời tiết**	weather
xuân	spring	**bãi biển**	sea beach
hạ, hè	summer	**độ**	about, degree
thu	autumn	**bơi**	to swim
đông	winter	**mát**	cool

Exercise 13

Answer these questions on the dialogue:

1 Anh thích mùa nào nhất?
2 Mùa nào là mùa đẹp nhất ở nước anh?
3 Anh có thích bơi không?
4 Ở nước anh bãi biển nào đẹp nhất?
5 Người nước anh khi gặp nhau thích nói về cái gì?
6 Những gì anh thích và những gì anh không thích?

11 Nói chuyện về gia đình

Talking about the family

By the end of this lesson you should be able to:

- use markers of past, present and future time
- use some more noun classifiers
- apologize
- use some common noun compounds

Nói chuyện về gia đình [▣▣]

Mr and Mrs Bond continue their conversation with Mr Phung by asking about his children

ÔNG BOND: Ông pha cà phê ngon quá. Thưa ông, bà nhà và các cháu đâu cả rồi?

ÔNG PHỤNG: Thưa ông, nhà tôi và cháu lớn đang bận làm cơm, lát nữa mới ra chào ông bà được. Còn hai cháu nhỏ đi học chưa về.

BÀ BOND: Như vậy là ông bà có ba cháu phải không ạ?

ÔNG PHỤNG: Thưa bà vâng, chúng tôi có một cháu trai và hai cháu gái.

ÔNG BOND: Con gái cuả ông bà tên là gì?

ÔNG PHỤNG: Các cháu tên là Phi Yến và Anh Thơ.

ÔNG BOND: Con trai cuả ông bà tên là Hùng phải không?

ÔNG PHỤNG: Dạ phải, thưa ông. Ông chỉ mới gặp cháu có một lần đã nhớ tên rồi.

BÀ BOND: Phi yến năm nay bao nhiêu tuổi, thưa ông?

ÔNG PHỤNG: Thưa bà, cháu mười lăm và em cháu mười hai. Cả hai cháu còn đi học. Cháu lớn học khá. Nhưng em cháu thì lại kém. Cháu không chăm lắm. Chúng tôi còn phải tốn nhiều cơm gạo nuôi các cháu lắm.

MR BOND: *You make very good coffee. Where are your wife and your children?*

MR PHUNG: *My wife and my eldest son are busy making dinner. They'll be able to come and say hello in a few minutes. And the two younger children haven't returned from school yet.*

MRS BOND: *So you've got three children, is that right?*

MR PHUNG: *Yes, we have one son and two daughters.*

MR BOND: *What are your daughters called?*

MR PHUNG: *They are called Phi Yen and Anh Tho.*

MR BOND: *Isn't your son called Hung?*

MR PHUNG: *Yes, that's right. You've only met him once, but you remember his name.*

MRS BOND: *How old is Phi Yen?*

MR PHUNG: *She is fifteen and her sister is twelve. They are both at school. Our elder daughter is a very good student but her sister is not so bright. She doesn't work very hard. But we still have to work hard to bring them up.*

Vocabulary

pha cà phê	to make coffee	**cháu trai,**	son, male child
ngon	good, delicious, nice, tasty	**con trai**	
lớn	big, elder	**cháu gái,**	daughter, girl,
to, to lớn	big	**con gái**	female child
làm cơm,	to make, cook dinner	**gặp**	to meet
nấu cơm		**một lần**	once
làm	to do, work, make	**nhớ**	to remember, miss
nấu	to cook	**xơi cơm**	to have dinner
cơm	rice, cooked rice		
lát nữa, chốc	later on, in		
nữa	a few minutes		

Vocabulary notes

nhớ *('to remember' or 'to miss')*

The exact meaning of **nhớ** has to be deduced from the context and the situation referred to. In these examples the meaning can be deduced from the rest of the sentence:

> **Anh *nhớ* mua giùm tôi**   Please *remember* to buy me a
> **cuốn tự điển Việt Anh.**   Vietnamese–English dictionary.
> **Tôi *nhớ* nhà lắm.**   I am *missing* home very much.

In the following examples we have to know something of the situation referred to in order to decide on the meaning:

> **Em có *nhớ* anh không?**

If the speakers are a married couple or a boyfriend and girlfriend who have been apart for long time, this will probably mean: 'Did you miss me?' But if the speakers are just acquaintances it will probably mean: 'Do you remember me?'

Language points

Indicating past, present and future time

We saw in Lesson 10 that we can use **đang** to indicate present time. In the same way, we can use **đã** to indicate past time and **sẽ** for future time. For example:

Tôi *đang* làm.	I *am* working.
Tôi *đã* làm.	I *worked.*
Tôi *sẽ* làm.	I *will* work.

In many cases we do not use **đang, đã, sẽ** to indicate the time because there is already another indication of the time in the sentence. For example:

Ngày mai tôi đi Mỹ.	Tomorrow I am going to America.
Hôm qua tôi không đi làm.	Yesterday I did not go to work.

Not yet (chưa)

Chưa can be used to refer to past, present or future time where in English we would use the appropriate perfective form of the verb:

Bây giờ tôi *chưa* đi làm.	I *have* not yet *gone* to work.
Hôm qua tôi *chưa* đi làm.	Yesterday I *had* not yet *gone* to work.
Ngày mai tôi *chưa* đi làm.	Tomorrow I *will* not yet *have gone* to work.

Exercise 1

You get chatting to a lady in a bus who tells you she has three children. How would you ask her:

1 what she is called
2 the names of her husband and children

Exercise 2

You get chatting to a young man who tells you that he has three brothers. You think you might know his parents. How would you ask him:

1 his name
2 the names of his brothers and parents

Exercise 3

Hùng   học tiếng Anh và đi Mỹ, đi làm.
Phi Yến   đi ăn cơm hiệu và đi thăm bạn, đi mua bán.
Anh Thơ   học tiếng Việt Nam và học âm nhạc, đi xem xi-nê.

Complete this table to show what the three people have done, are doing or will do:

	Hùng	Phi Yến	Anh Thơ
learn English			
go to America			
have dinner tonight			

Exercise 4 ▣

Ask a follow-up question to find out when the person did or will do the following:

1 Khi tôi lấy vợ tôi sẽ mua nhà.
2 Bố mẹ tôi đã lấy nhau nhiều năm rồi.
3 Từ khi tôi đi Mỹ tôi chưa được gặp em trai tôi.
4 Từ lúc xa nhà tôi rất nhớ gia đình tôi.
5 Con trai út tôi chưa đi học.

Exercise 5

A group of friends are busy helping you prepare a party. Explain to someone who wants to talk to them that they are all occupied in the following ways:

1 cooking the rice
2 cleaning the house
3 watching television
4 listening to music
5 talking to some friends
6 studying English

Exercise 6

You are trying to put off a friend who wants to talk to your children. How would you explain that they haven't done the following yet:

1 finished eating
2 finished their school work
3 come back from work
4 come home
5 started their dinner
6 come home from university

Exercise 7

Your friend is surprised that you can't remember some things. Explain that you've only done the following once:

1 met her friend
2 seen him
3 spoken to him
4 been to that restaurant
5 seen that film
6 visited this town

Trao đổi về việc làm của những người trong gia đình 🔲

Discussing what members of the family are doing

Bà Bond:	Con trai ông đang học đại học phải không? Thưa ông.
Ông Phụng:	Dạ, thưa phải. Cháu học năm thứ nhất toán, lý ở trường đại học tổng hợp Hà Nội.
Ông Bond:	Cháu có thích các môn học không?
Ông Phụng:	Dạ, có. Cháu rất thích môn vật lý và cũng rất khá về thể thao. Cháu học chăm lắm, vì cháu muốn có việc làm tốt.
Ông Bond:	Cháu muốn làm gì?
Ông Phụng:	Tôi cũng chưa rõ lắm. Nhưng cháu muốn học ở Mỹ để kiếm việc làm.
Ông Bond:	Cháu đã có người yêu chưa đấy?
Ông Phụng:	Cháu còn trẻ dại lắm. Chưa có cô nào thèm để ý tới.
Bà Bond:	Ông nói vậy, chứ Hùng đẹp trai và thông minh thế thì thiếu gì người yêu. Nhiều khi cha mẹ không biết con cái đang làm gì.
Yến và Thơ:	Con chào ba. Con đã về. Cháu chào cô chú ạ.
Ông Bond:	Chào các cháu.
Bà Bond:	Chào các cháu. Các cháu ngoan quá. Các cháu khỏe cả chứ?

YEN: Dạ, cám ơn cô. Chúng cháu khoẻ. Dạ, thưa cô. Các bạn
Angela và Sue có khỏe không ạ?
BÀ BOND: Cám ơn các cháu. Cô chú và các em đều khỏe cả.
BÀ PHỤNG: Chào ông bà. Xin ông bà thứ lỗi; tôi bận làm cơm nên
bây giờ mới ra chào ông bà được. Cơm nước xong rồi.
Xin mời ông bà vào xơi cơm.
ÔNG BÀ BOND: Cám ơn ông bà nhiều lắm.
ÔNG PHỤNG: Xin mời ông bà.

MRS BOND: *Your son is studying at university, isn't he?*
MR PHUNG: *Yes, he is studying maths and physics at Hanoi university.*
He is in his first year.
MR BOND: *Is he enjoying it?*
MR PHUNG: *Yes, he loves physics and he is good at sport too. He is*
working very hard because he wants to get a good job.
MR BOND: *What does he want to do?*
MR PHUNG: *I'm not sure. But he wants to study in the US before he*
gets a job.
MR BOND: *Has he got a girlfriend yet?*
MR PHUNG: *He is young and naive still. The girls are not yet interest-*
ed in him.
MRS BOND: *You may say that, but Hung is very handsome and intelli-*
gent. I am sure he has a lot of girlfriends. Sometimes we
parents do not know what our children are doing.
YEN AND THO: *Hello, Dad. We are back. Hello, uncle and auntie.*
MR BOND: *Hello, children.*
MRS BOND: *Hello, my nieces. How polite you are! Are you both well?*
YEN: *Yes, thank you, auntie. We are fine. And how are my*
friends Angela and Sue?
MRS BOND: *Thank you, we are all well.*
MRS PHUNG: *Hello, Mr and Mrs Bond. Please excuse me for only*
saying hello, but I have been busy cooking. The meal is
ready now. Please come in to have dinner.
MR AND
MRS BOND: *Thank you very much.*
MR PHUNG: *Please come this way.*

Vocabulary

năm thứ nhất	first year	**tổng hợp**	general, universal
toán	maths	**người yêu**	boyfriend, girlfriend
lý	physics	**dại**	silly, naive

thèm	to desire	ngoan	nice, obedient
chẳng thèm	to disregard	giúp, giùm	to help
để ý	to pay attention	dọn cơm	to prepare dinner, lay
đẹp trai	handsome		table
thông minh	clever, intelligent	ăn	to eat
thiếu gì	not short of	thứ lỗi, tha lỗi	sorry, forgive
đứa	(classifier for person)	bây giờ	now, at this moment
tốn	to spend, use	cơm nước	meal, dinner
nuôi	to feed, bring up	môn học	subject for study
vừa lúc ấy	just at that moment	thể thao	sport
cô chú	auntie and uncle	kiếm	to look for, search, seek

Language points

Saying you're sorry

Xin lỗi	sorry	Thứ lỗi	to forgive

Xin lỗi is equivalent to 'Excuse me' or 'I beg your pardon'. **Thứ lỗi** is used when you want to apologize for something. There are different ways to say **xin lỗi** and **thứ lỗi** in Vietnamese. For example:

> *Xin lỗi*, ông có phải là ông   *Excuse me*, are you Mr Tam?
> **Tâm không?**
> **Dạ, thưa phải. Bà muốn**   Yes, that's right. What do you want to
> **hỏi gì vậy?**   ask me (*lit*. What is your inquiry)?

If a young man stands on a woman's foot he would say:

> **Xin cô *thứ lỗi*.**   Please *forgive* me.

She would reply:

> **Không sao.**   That's OK. (*lit*. never mind)

A child who has done something wrong apologizes to its parents by saying:

> **Con *xin lỗi* ba, ba *thứ lỗi***   I am sorry, Dad. Please *forgive* me.
> **cho con.**
> *Xin lỗi*, tôi đến trễ.   Sorry, I am late.
> *Xin lỗi*, ông nói gì tôi   *I beg your pardon*, I did not under-
> **không hiểu.**   stand what you said.

Noun compounds

Vietnamese often combines words to form a noun compound. Sometimes this is done just to sound more natural without changing the meaning of the first word in the compound. For example:

Cơm nước xong rồi, xin   The meal is ready now, please come
mời ông bà vào xơi cơm.   in to have dinner.

As we know, **ăn cơm** is used to mean 'to have dinner' and the meaning of **cơm** is 'rice' ('cooked rice'). We have already seen that **nước** is 'water' or 'country'. But in this case the compound has nothing to do with **nước** in this sense: it just sounds more natural.

But sometimes the compounds make different expressions. For example:

bàn ghế	'table' and 'chair'	means furniture
nhà cửa	'house' and 'door'	housing, household
mua bán	'buy' and 'sell'	to shop
làm ăn	'work' and 'eat'	work, do business
buôn bán	'trade' and 'sell'	do business

The classifiers

Here are some more classifiers for nouns.

cái	**bàn, bút, tách, giường, thìa**, TV
	table, pen, cup, bed, spoon, TV
cuốn, quyển	**sách, từ điển**
	book, dictionary
đứa	**con, cháu, bạn**
	child, grandchild, friend
người	**con, cháu, bạn**
	child, grandchild, friend
tờ	**giấy, báo**
	paper, newspaper

Tôi mua một *tờ báo*.   I buy *a newspaper.*
Cô ấy mua một *quyển sách*.   She buys *a book.*
Tôi có một *cái bút*.   I have *a pen.*
Ông bà Phụng có ba *đứa con*. Mr and Mrs Phung have three (small)
                                  children.
If the children are teenagers we should say **ba người con** instead of **ba đứa con**.

Exercise 8

Use the classifiers you have learnt so far to fill in the missing words:

Tôi muốn mua một . . . báo, hai . . . sách, ba . . . tự điển, năm . . . bút, sáu . . . bàn, bảy . . . ghế.
Ông Linh có hai . . . con trai, ba . . . con gái, năm . . . cháu.

Then use the completed sentences to answer the questions

1 Anh muốn mua gì?
2 Ông Linh có mấy con, mấy cháu?

Exercise 9

How would you respond when someone says:

1 Ông pha cà phê ngon quá.
2 Bà nhà và các cháu đâu cả rồi?
3 Ông bà có hai cháu phải không ạ?
4 Cháu gái của ông bà tên là gì?
5 Thưa bà, bà có nhớ tôi là ai không?
6 Con trai ông đang học đại học phải không ạ?
7 Cháu học toán hay lý?

Exercise 10

Use **xin lỗi** and **thứ lỗi** in the following situations.

1 You ask someone if it is Mr Tam's house.
2 You ask a lady if she is Mr Tam's wife.
3 You apologize when you bump into someone by accident.
4 You tell someone you did not understand what he said and ask him to repeat it.
5 You did something wrong and you apologize to your boss.

Exercise 11

How do you react when someone says:

1 Xin lỗi, đây có phải Đại sứ quán Anh không?
2 Xin lỗi, tôi đến trễ.
3 Xin lỗi các ông, tôi phải đi.
4 Xin lỗi cô, cô có phải là cô Thu không?
5 Xin lỗi ông, ông nói gì tôi không hiểu.

6 Xin ông thứ lỗi, tôi làm phiền ông quá.
7 Xin bà thứ lỗi, tôi không biết nên cầm nhầm.

Exercise 12

ngon	good, delicious, nice, tasty	**làm**	to do
ngủ	to sleep	**cơm**	dinner
ăn	to eat	**việc**	work, job
miệng	mouth	**chủ**	manager, boss
to	big	**giám đốc**	director

Match the Vietnamese expressions on the left to their appropriate English meanings on the right.

ngủ ngon	to be the director
ăn ngon	to be the big boss
ăn ngon miệng	to be the manager
to miệng (mồm)	big mouth
làm to	to sleep well
làm cơm	to make, cook dinner
làm việc	to do business
làm chủ	to eat well
làm giám đốc	to eat with a good appetite
làm ăn	to work, working

Exercise 13

ngủ ngon	sleep well	**ngon miệng**	good appetite
trà, chè đặc	strong tea	**trà, chè loãng**	weak tea

Translate into Vietnamese, then give the right answers.

1 Did you sleep well last night?
2 Did you have a good appetite with your dinner?
3 Would you like strong tea or weak tea?
4 Would you like coffee with ice and milk?
5 Do you smoke?
6 Do you take sugar?
7 How many spoons of sugar do you take?

Exercise 14

dễ chịu	comfortable, pleasant
khó chịu	uncomfortable, unpleasant
bán chịu	sell on credit

Translate the questions into English, then answer in Vietnamese:

1 Sống ở Mỹ có dễ chịu không?
2 Bà ấy nói nhiều vậy ông có khó chịu không?
3 Tôi chưa có tiền ông có bán chịu không?
4 Ông ấy hay làm khách lắm phải không?
5 Có lỗi thì có nhận lỗi không?

Exercise 15

How do you respond when people say:

1 Ông là khách quí cuả chúng tôi.
2 Mời ông xơi, xin ông đừng làm khách.
3 Năm nay nhiều khách du lịch nước ngoài đến Việt Nam.
4 Những năm gần đây nhiều công ty nước ngoài đầu tư buôn bán với Việt Nam.
5 Sống ở Việt Nam ông có dễ chịu không?
6 Xin lỗi, tôi không thể đi cùng ông được, tôi có khách đến chơi.
7 Cô pha cà phê ngon quá.

Thăm một gia đình người Anh 💿

Visiting an English family

Ông bà Hồ là bạn cuả ông bà Smith. Thứ bảy tuần trước, ông bà Hồ đến thăm gia đình ông bà Smith. Bà Smith mời ông bà Hồ ngồi và mời uống nước chè và cà phê. Ông bà Hồ nói không khát, nhưng cũng uống một ly rượu. Bà Smith mời ông bà Hồ hút thuốc lá, và ông bà Hồ hút mấy điếu. Cả hai ông bà Hồ đều hút nhiều. Ông Smith bận làm cơm, nên không ra chào khách được. Cô con gái út cuả ông bà Smith là Jennifer cũng bận giúp bố làm cơm. Jennifer năm nay mười ba tuổi, và còn đang đi học ở trường. Cô bé này rất khá về môn toán và Anh ngữ. Cô con gái lớn của ông bà Smith tên là Julia, không ở nhà. Cô ấy lấy chồng và sống ở Úc. Ông Smith làm cơm xong, rồi ra mời khách vào ăn cơm. Ông bà Hồ nói; cơm rất ngon và mời gia đình ông bà Smith chủ nhật sau đến nhà mình ăn cơm.

Vocabulary

khát   thirsty   **Anh ngữ = tiếng Anh**   English language
con út   the youngest child   **điếu**   (classifier for cigarette)

Exercise 16

Answer the following questions on this passage:

1 Ông bà Hồ đến thăm ai?
2 Ông bà Smith mời ông bà Hồ ăn cơm phải không?
3 Ông bà Hồ có uống rượu và hút thuốc lá không?
4 Ai bận làm cơm mà không ra chào khách được?
5 Con gái lớn ông bà Smith tên là gì và sống ở đâu?
6 Ông bà Smith có mấy người con?
7 Con gái út ông bà Smith tên là gì?
8 Con gái út ông bà Smith làm gì?
9 Ông Smith làm cơm có ngon không?

12 Đi mua hàng

A shopping trip

By the end of this lesson you should be able to:

- use comparatives and superlatives ('more . . ., the most . . .')
- qualify what you are saying with **càng**
- use pronouns that would be used between close friends
- use constructions with words which have opposite meanings
- use the Vietnamese equivalent of 'OK'
- express the idea of 'too much' or 'so much'
- express the present perfect
- use expressions with 'every' and '-ever'
- use another negative form

Đi chợ Bến Thành 📼

Phi Yen takes her friend Angela shopping

PHI YẾN: Đây là chợ Bến Thành, chợ to nhất và nổi tiếng nhất ở Sài Gòn.
ANGELA: Và Sài Gòn cũng là thành phố lớn nhất và nổi tiếng nhất Việt Nam.
PHI YẾN: Cũng có thể là như vậy.
ANGELA: Sao lại cũng có thể là như vậy? Nhất định là như vậy chứ?
PHI YẾN: Sài Gòn là thành phố to nhất và hiện đại nhất, nhưng Hà Nội là thành phố lịch sử và cổ kính nhất.
ANGELA: Thôi được, bây giờ mình muốn vào cửa hàng bách hóa mua văn phòng phẩm và đồ dùng cá nhân.
PHI YẾN: Dãy hàng bách hóa ở giữa chợ, mình dẫn cậu đi.
ANGELA: Ồ, ở đây nhiều hàng hóa quá nhỉ.
PHI YẾN: Ừ, ở đây nhiều hàng hóa lắm, cậu mua thứ gì cũng có.
ANGELA: Ở đây có các đồ dùng nhập khẩu từ các nước phương tây không?
PHI YẾN: Hàng ngoại ở đây tràn ngập, vô vàn thứ của nước ngoài. Anh, Pháp, Mỹ, Đức, Ý, Nhật, Trung Quốc, Thái Lan, Hồng Kông, Sanh ga po, cái gì cũng có.
ANGELA: Hàng ngoại ở đây đắt hơn hay rẻ hơn ở nước ngoài?
PHI YẾN: Nói chung là rẻ hơn nhiều. Vì hàng nước ngoài nhập vào Việt Nam đánh thuế nhẹ lắm.
ANGELA: Hàng Việt Nam tự sản xuất có tốt không?
PHI YẾN: Cũng có thứ tốt, cũng có thứ không.

PHI YEN: *This is Ben Thanh market, the biggest and the most famous market in Saigon.*
ANGELA: *And Saigon is the biggest and the most famous city in Vietnam, isn't it?*
PHI YEN: *Well, in a way. (lit. something like that)*
ANGELA: *What do you mean 'in a way'? It definitely is, I think.*
PHI YEN: *Saigon is the biggest and the most modern city, but Hanoi is the most historic and the most ancient city.*
ANGELA: *OK, now I want to go to the department store to buy some stationery and things.*
PHI YEN: *The department stores are in the centre of the market. I'll take you there.*
ANGELA: *Oh, there are a lot of goods, aren't there?*
PHI YEN: *Yes, here are plenty of goods, whatever you want to buy, (it) is there.*

ANGELA: *Do they have imported goods from western countries here?*

PHI YEN: *Foreign goods flood the market here, there are innumerable kinds from foreign countries: Britain, France, the USA, Germany, Italy, Japan, China, Thailand, Hong Kong, Singapore, everything is here.*

ANGELA: *Are the foreign goods here more expensive or cheaper than in the foreign country (they come from)?*

PHI YEN: *Generally they are much cheaper, because the tax on foreign goods that are imported into Vietnam is very low.*

ANGELA: *The goods that are produced by Vietnam itself are good, aren't they?*

PHI YEN: *Some are good, some are not.*

Vocabulary

chợ	market	**thứ gì**	what thing,
to nhất, lớn nhất	the biggest		whatever
nổi tiếng nhất	the most famous	**nhập khẩu**	import
thành phố	city	**phương tây**	western
như vậy	like that	**hàng ngoại**	foreign goods
hiện đại nhất	the most modern	**tràn ngập**	to flood
lịch sử	history, historical	**vô vàn**	too many,
cổ kính nhất	the most ancient		innumerable
cửa hàng bách	department store	**Ý**	Italy, italian
hóa		**Nhật**	Japan, Japanese
văn phòng phẩm	stationery	**đắt hơn**	more expensive
đồ dùng cá nhân	personal objects	**rẻ hơn**	cheaper
	(e.g. pen, comb)	**nói chung**	generally speaking
dãy hàng	a row of shops,	**đánh thuế**	taxation
	stores	**nhẹ**	light, low
giữa	centre, in the middle	**sản xuất**	to produce
hàng hóa	goods, merchandise		

Language points

Comparative and superlative

We have seen that an adjective or stative verb combines with **hơn** ('more') to make a comparative. Adjectives or stative verbs combine with **nhất** to make a superlative. So we have:

đắt	expensive	rẻ	cheap
đắt *hơn*	*more* expensive	rẻ *hơn*	cheap*er*
đắt *nhất*	*the most* expensive	rẻ *nhất*	cheap*est*

In this lesson we have:

to nhất	the biggest
lớn nhất	the largest
nổi tiếng nhất	the most famous
hiện đại nhất	the most modern
cổ kính nhất	the most ancient

The adverbial particle cũng

In previous lessons we have seen the adverbial particle **cũng** used to mean 'also', 'too', 'either', depending on the meaning of the whole sentence and its grammatical function in the sentence. For example:

Anh đi em *cũng* đi.	As (If) you go, I will go *too*.
Anh không đi, em *cũng* không đi.	As (If) you do not go, I will not go *either*.

This kind of adverb precedes the verb: **cũng bán, cũng đi**, or **cũng không bán, cũng không đi** . . . mean 'also, too, either'.

But **cũng** also has some different meanings and can function as a qualifying adverb frequently used to soften, downgrade or render indefinite or noncommittal the verb or the adverb which it modifies as in:

có thể là như vậy	in some ways or to some extent. (maybe something like that).
cũng có thể là như vậy	maybe something like that

The two sentences above have similar meanings but the latter is made even more noncommittal by **cũng**. In the same way we have:

Cô ấy khá đẹp.	She is quite pretty.
Cô ấy *cũng* khá đẹp.	She is quite pretty.

In the second sentence with **cũng** the meaning is made even more noncommittal.

Cũng *meaning '-ever'*

Cũng has a very different meaning, '-ever':

| Cậu mua thứ gì *cũng* có. | What*ever* you want to buy, it is there. |

Thứ gì cũng

Cũng in this case is a post-particle standing after the word which is modified by it. So we have:

thứ gì	what, what thing	**thứ gì** *cũng*	what*ever*
sáng nào	which morning	**sáng nào** *cũng*	*every* morning
ngày nào	which day	**ngày nào** *cũng*	*every* day
bao giờ	when	**bao giờ** *cũng*	always, when*ever*
người nào	which person	**người nào** *cũng*	*every*one
cái gì	what, what thing	**cái gì** *cũng*	*every*thing

Sáng nào ông ấy *cũng* **uống cà phê.**	He drinks coffee *every* morning.
Ngày nào tôi *cũng* **đọc báo.**	I read the newspaper *every* day.
Ở đây cái gì *cũng* **có.**	*Every*thing is available here.
Người nào *cũng* **học tiếng Anh.**	*Every*one learns English.
Bao giờ cô ấy *cũng* **vui cười.**	She is *always* happy and smiling.

Pronouns: mình, cậu, tớ, chúng mình, chúng tớ, các cậu, bà cố nội, ông cố nội

These pronouns are used only between close friends.

mình, tớ	I, me
chúng mình, chúng tớ	we, us
cậu	you (singular)
các cậu	you (plural)

The Vietnamese also use the following terms in a teasing way to each other:

bà cố nội	grandmother
ông cố nội	grandfather

Constructions with words which have opposite meanings

cũng có . . . cũng có . . .	there are . . . there are
	some are . . . some are

In this lesson we have:

Cũng **có thứ tốt,** *cũng* **có thứ không.**	*Some* are good, *some* are not.

Here are some more examples of this construction:

Cũng có người tốt, *cũng* có người xấu.

There are *some* nice people, and *some* bad people.

Cũng có người thông minh, *cũng* có người không thông minh.

There are *some* intelligent people, and there are *some* silly ones.

Thôi được *('OK')*

Thôi được is very similar in meaning to 'OK' and indicates that you accept what a speaker has said or wants.

Thôi được, tôi sẽ đi với anh.

OK, I'll go with you.

Thôi được, cô muốn nói gì thì nói.

OK, you can say anything you like.

Anh muốn lấy tiền phải không, *thôi được*, anh muốn lấy bao nhiêu thì lấy.

You want to take some money don't you, OK, you can take as much as you like.

Exercise 1

Translate the questions into Vietnamese:

1 Which market is the biggest and the most famous in Saigon?
2 Which city is the biggest and the most famous in Vietnam?
3 Which city is the most ancient in Vietnam?
4 Which city is the most modern in the USA?
5 Which city is the most beautiful in France?
6 Are goods in Vietnam cheaper or more expensive than in the USA?
7 Is Saigon bigger or smaller than Hanoi?

Exercise 2

Answer the questions in Exercise 1 in Vietnamese.

Exercise 3

Write as many sentences as you can comparing the following. Example:

Ô tô BMW to hơn, đắt hơn, mới hơn và cũng tốt hơn.

The BMW is bigger, more expensive, newer and better.

	Size	Cost	Age	Other qualities
BMW	large	20,000	1994	fast
Fiat	small	3,000	1991	economical
Rolls Royce	very large	10,000	1970	comfortable

Example:

Thành phố New York to hơn, đẹp hơn, lâu đời hơn và cũng loạn hơn thành phố Sài Gòn. New York city is bigger, more beautiful, older and also more violent than the city of Saigon.

New York
Saigon
Oxford

Exercise 4

Complete the sentences:

1 Thứ gì ở đây . . .
2 Sáng nào ông ấy cũng . . .
3 Bao giờ tôi cũng. . .
4 Ngày nào cô ấy cũng . . .
5 Người nào cũng . . .

Exercise 5

Use the words provided to build sentences with some of your own words. For example:

chợ, Đồng Xuân, Hà Nội, nhiều hàng hoá

Chợ Đồng Xuân ở Hà Nội có nhiều hàng hoá or
Hàng hoá ở chợ Đồng Xuân Hà Nội rất tốt, rẻ và đẹp.

1 Sài Gòn, thành phố, to, nổi tiếng
2 Hà Nội, cổ kính, thành phố, đẹp
3 Nhất định, sẽ đi, du lịch, Việt Nam
4 Luân Đôn, hiện đại, đẹp, nổi tiếng
5 cửa hàng bách hoá, mua
6 thứ gì cũng có
7 hàng ngoại tràn ngập

Exercise 6

Translate into English, then make new sentences using the same construction. For example:

Cũng có người có nhiều tiền, There are some people who have a lot
cũng có người không of money, but some do not have
có tiền. money at all.

Your sentence:

Ở Việt Nam có người có In Vietnam there are some people
rất nhiều tiền, nhưng who have a lot of money, but there
cũng có người không are also some people who have no
có một đồng nào. money at all.

1 Cũng có hàng tốt, cũng có hàng xấu.
2 Cũng có thứ tốt, cũng có thứ không.
3 Cũng có người tốt, cũng có người không.
4 Cũng có người nhiều tiền, cũng có người không.
5 Cũng có thành phố lớn, cũng có thành phố nhỏ.

Exercise 7

Put **như vậy** in the right position. For example:

Ông là bạn cũ của ba cháu. You are the old friend of my father.
Như vậy, ông là bạn cũ So you are the old friend of my father.
của ba cháu.

1 Cô là cô Anna, bạn của em gái tôi.
2 Anh nói Mỹ là nước mạnh nhất phải không? Cũng có thể là . . .
3 Chúng ta là anh em.
4 Tôi không muốn anh làm . . .
5 Thì không tốt.

Then translate the sentences into English.

Exercise 8

Choose **như vậy, thôi được, cũng có** to fill in the missing words:

1 . . . anh muốn tôi đi cùng anh phải không?
2 . . . tôi sẽ cùng đi với anh.
3 Ở đâu . . . người tốt, . . . người không tốt.
4 . . . là anh nói đúng. (**đúng** = 'correct')

5 . . . tôi sẽ dẫn anh đi chợ Bến Thành.

Now translate the completed sentences into English.

Tone practice 🔲

This tone practice is focused on the new words in this lesson.

bàn chải, biên lai, buôn lậu, dân buôn lậu, người buôn lậu.
bút chì, bút máy, bút bi, cô Bút hiền như bụt.
chính hiệu, chính khách, chính phủ, chính sách, chính như vậy.
cổ kính, cổ kính nhất, cố nội, bà cố nội, ông cố nội.
cửa hàng bách hoá, cửa hàng ăn, cửa hàng xe máy, cửa hàng ô tô.
chẳng cứ gì, anh chẳng may.
phải cẩn thận là hơn may, với không may.
thuế nặng, thuế nhẹ, nhưng hàng nào cũng bị đánh thuế.
giấy, giưã, giấy tờ, gương, lược, giường chiếu.
mùi xoa, khăn mặt, bàn chải đánh răng, xà phòng.
nhập khẩu, xuất khẩu, sản xuất, khiêm tốn, tràn ngập.
văn phòng phẩm, vô vàn thứ, thuốc gội đầu, tính từng thứ.

Những phiền phức trong việc mua bán 🔲

Phi Yen and Angela continue their conversation when they come into the market

ANGELA: Mình nghe nói, có nhiều thứ hàng dân buôn lậu đưa vào và lậu thuế luôn, có phải không?

PHI YẾN: Đúng rồi, chính vì vậy nên hàng ngoại ở Việt Nam mới rẻ hơn, so với ngay nước sản xuất ra nó.

ANGELA: Nhưng ở đây họ hay bán hàng giả lắm phải không?

PHI YẾN: Trời ơi, bà cố nội, sao biết nhiều dữ vậy. Chẳng cứ gì ở chợ, ngay trong cửa hàng họ cũng bán hàng giả.

ANGELA: Vậy làm sao biết mà mua được hàng thật?

PHI YẾN: Phải xem cho kĩ, chọn cẩn thận rồi mua chứ sao. Cậu muốn mua gì nào?

ANGELA: Giấy, bút, gương, lược, thuốc đánh răng, bàn chải đánh răng, xà phòng, mùi xoa, khăn mặt, thuốc gội đầu . . .

PHI YẾN: Sao mua dữ vậy, thôi được, chúng mình vào đi.

NGƯỜI BÁN HÀNG:	Chào hai cô, hai cô muốn mua gì nào?
ANGELA:	Chúng tôi muốn mua nhiều thứ lắm.
PHI YẾN:	Nhưng chúng tôi không muốn mặc cả. Vậy ông cứ nói thật giá để đỡ mất thì giờ.
NGƯỜI BÁN HÀNG:	Vâng, vậy hai cô cứ chọn hàng đi.
ANGELA:	Tất cả bao nhiêu tiền, ông tính xem.
PHI YẾN:	Ông ghi giá tiền từng thứ một và cho biên lai.
NGƯỜI BÁN HÀNG:	Hai cô cứ an tâm. Chúng tôi làm ăn đứng đắn.

ANGELA:	*I have heard that there are many kinds of goods that are brought into Vietnam by smugglers and evade taxation, is that true?*
PHI YEN:	*That's right, so that's why foreign goods in Vietnam are cheaper even (when) compared to the countries that produced them.*
ANGELA:	*But they often sell fakes here, don't they?*
PHI YEN:	*Oh, my goodness, you know too much. Not only in the market, even in the shops they sell fakes too.*
ANGELA:	*So how do we know that we are buying real goods?*
PHI YEN:	*You must look and choose carefully then buy, I think. Now what do you want to buy?*
ANGELA:	*Some paper, a pen, a mirror, a comb, toothpaste, a toothbrush, soap, a handkerchief, a towel, and some shampoo . . .*
PHI YEN:	*You want to buy too many things. But it is OK, we are here now.*
SHOP ASSISTANT:	*Hello, what are you looking for? (lit. What do you want to buy?)*
ANGELA:	*We want to buy many things.*
PHI YEN:	*But we do not want to bargain. So please tell us the real price so that we do not waste any time.*
SHOP ASSISTANT:	*Of course. Please choose the goods (you want).*
ANGELA:	*How much is it altogether? (lit. please calculate how much)*
PHI YEN:	*Please could you write down the price of each item and give us a receipt.*
SHOP ASSISTANT:	*Please do not worry. Our business is honest.*

Vocabulary

bàn chải	brush	lậu thuế	to evade taxation
bàn chải	toothbrush	lược	comb
đánh răng		mặc cả	to bargain
biên lai	receipt	mình	I, me
buôn lậu	to smuggle	chúng mình	we, us
dân buôn lậu	smuggler	mùi xoa,	handkerchief
chính vì vậy	that's why	khăn tay	
cậu	uncle, younger brother	nhất	the first
	of mother, you (to	ngay	immediately, at
	address close friend)		once, right away
cố nội	grandparents	ngay trong cửa	even in the shop
chẳng cứ	not only	hàng	
cẩn thận	be careful	quá	excessively, too
dữ	wicked, malicious,	so với	to compare with
	vicious, bad	thuốc đánh	toothpaste
đỡ	to help, assist	răng	
đỡ mất thì giờ	do not waste any time	thuốc gội đầu	shampoo
đứng đắn	to be honest, correct,	thật giá	real price
	serious	tất cả	all, total, together
giấy	paper	tính	to calculate
giấy tờ	document	từng thứ một	each item
gương	mirror	xà phòng	soap
hàng giả	false goods	người bán hàng	seller
hàng thật	real goods	chọn	to choose
hàng lậu	smuggled goods	an tâm	have peace of mind,
kỹ	carefully		do not worry

Language points

Dữ ('too much, so much')

Dữ can be used as an adverbial particle to modify the verb or adverb by indicating that something is done to excess. For example:

Sao biết nhiều *dữ* vậy.	You know *too much*!
Sao nói nhiều *dữ* vậy.	You talk *too much*!
Sao mua nhiều *dữ* vậy.	You buy *too much*!
Sao làm *dữ* vậy.	You work *so hard*!

Chẳng, chẳng cứ *('do not, not only')*

Chẳng is one of the idiomatic forms of negation. It is used in colloquial speech to replace the regular form of negation, **không**. For example:

> **Tôi không đi đâu cả = Tôi *chẳng* đi đâu cả** = I'm not going anywhere.
>
> ***chẳng* cứ gì ở chợ = không cứ gì ở chợ =** *not* only in the market

The present perfect

Từng is also equivalent to the present perfect tense in English. For example:

> **Tôi đã *từng* ở Mỹ nhiều năm.** I *have been* in the USA for many
> years.
>
> **Ông ấy đã *từng* làm Đại sứ** He *has worked* as an ambassador in
> **ở Sài Gòn.** Saigon.

So we have:

***từng* ở**	*have* been, lived	***từng* sống**	*have* lived
***từng* làm**	*have* worked, done	***từng* học**	*have* learnt

The pronoun mình

We saw at the beginning of the lesson that **mình** ('I, me') is used only between close friends or husband and wife. **Mình** is sometimes also used to mean 'you' between two very close friends or between husband and wife. For example (a wife talking to her husband):

> **Mình ơi, có ông bà James** Darling, we have visitors, Mr and Mrs
> **đến chơi.** James.

Here are some other examples of **mình** where it corresponds to 'our':

nhà *mình*	*our* house, home	**người *mình***	*our* people
nước *mình*	*our* country	**chính phủ *mình***	*our* government
quê hương *mình*	*our* homeland		

Mình also can mean 'alone, by oneself':

sống một *mình*	live *alone*
làm một *mình*	work *alone*

Vocabulary notes

Cứ

Cứ is also an idiomatic expression which means 'to persist, insist on doing something', or 'to be free to do something'. For example:

Anh không đi, nhưng tôi *cứ* **đi.**	You don't go, but I go. (*insist on going*)
Hai cô *cứ* **chọn hàng đi.**	You two, please choose the goods. (*feel free* to do so)
Xin *cứ* **tự nhiên.**	Please *make yourself* at home. (as naturally as at home)

Từng, từng . . . một *('each, one by one')*

Ông ghi giá tiền *từng* **thứ** *một*. Please write down the price of *each* item.

từng **thứ** *một*	*each* item, *each* thing
từng **người** *một*	*each* person
từng **nhà** *một*	*each* family, house
từng **bài** *một*	*each* lesson
từng **chữ** *một*	*each* word

Một can also mean 'one by one'. For example:

Chúng tôi học từng bài *một*.	We learn the lessons *one by one*.
Bà ấy viết từng chữ *một*.	She writes the words *one by one*.

Ngay

Ngay can mean 'right away', 'even' or 'honest'.

Tôi đi *ngay*.	I'll go *right away*.
Anh đi *ngay* **đi.**	Go r*ight away*.
Tôi trả tiền *ngay*.	I'll pay *right now*.
Ngay **trong cửa hàng họ cũng bán hàng giả.**	*Even* in the shops they sell false goods too.
Ngay **cả tôi cũng không biết.**	Not *even* I know that.
Anh ấy là người *ngay*.	He is an *honest* man.
Tôi sống *ngay* **thẳng.**	I live *honestly*.

Exercise 9

Use the vocabulary provided here to make sentences:

nhiều dữ	đắt dữ	bận dữ	làm dữ
xa dữ	lâu dữ	ngủ dữ	ăn dữ

Exercise 10

Replace **dữ** with **quá** or **nhiều quá** ('too, too much') to make new sentences. For example:

nhiều dữ = **nhiều quá**
làm dữ = **làm nhiều quá**

Làm gì mà làm dữ vậy. = Sao làm dữ vậy.
= Làm gì mà làm nhiều quá vậy. = Sao làm nhiều quá vậy.
Why do you work too much? (too hard)

Exercise 11

Choose **chẳng** or **chẳng cứ** to fill in the missing words, then translate into English:

1 Tôi . . . muốn đi.
2 . . . ai thích anh ta.
3 . . . gì anh, tôi cũng không thích anh ta.
4 Cô ta buồn nên . . . muốn nói. (**buồn** = 'sad', **nên** = 'so')
5 Hàng bán mà . . . ai mua.

Exercise 12

Translate into English:

1 Xin ông bà cứ tự nhiên, đừng làm khách.
2 Xin cô cứ chọn hàng đi, tôi sẽ bán giá rẻ.
3 Ông cứ nói đi, tôi xin nghe ông nói. (**nghe** = 'listen')
4 Tôi đã từng sống và làm việc ở Việt Nam.
5 Tôi đã từng đi thăm nước Mỹ.
6 Tôi biết từng người một ở Bộ Ngoại Giao Việt Nam.
7 Tôi đọc từng tờ báo một.

Exercise 13

Translate the questions into Vietnamese, then answer in Vietnamese.

1 Have you been in Vietnam?
2 Have you worked in the British Embassy in Hanoi?
3 Have you visited the USA?
4 Have you read those books one by one?
5 Have you learnt Vietnamese yet?

Exercise 14

Expand the following to make completed sentences:

1 Hàng ngoại quốc tràn ngập . . .
2 Hà Nội là thành phố cổ kính . . .
3 Saìgòn là thành phố lớn nhất . . .
4 Cửa hàng bách hoá . . .
5 Chẳng cứ gì ở chợ. . .
6 Hàng ở Việt Nam đắt hơn hay rẻ hơn . . .
7 Bạn phải mặc cả . . .

Exercise 15

Use **mình** or **chúng mình, người mình, nước mình, quê hương mình,** etc. to fill in the missing words.

1 . . . về có nhớ ta chăng.
2 Ta về ta nhớ hàm răng . . . cười.
3 Như vậy . . . là anh em.
4 Cậu có đi với . . . không?
5 . . . là bạn học có phải không?
6 . . . còn nghèo quá. (**nghèo** = 'poor')
7 . . . nhớ . . . quá.
8 . . . ở Mỹ cũng nhiều.

Exercise 16

Translate into Vietnamese:

1 Our homeland is still very poor.
2 Our country is not very big but not very small either.
3 A lot of our people live in France.
4 Even in London they sell false goods too.

5 You must go right now.
6 Even Mr Major did not know that.

Exercise 17

Answer the questions in Vietnamese:

1 Anh đã sống ở Việt Nam bao giờ chưa?
2 Anh đã từng làm việc ở Mỹ bao giờ chưa?
3 Cô làm ơn chỉ giùm cửa hàng bách hóa ở đâu?
4 Làm sao biết mà mua được hàng thật?
5 Cô muốn mua gì nào?
6 Hàng ở Việt Nam đắt hơn hay rẻ hơn hàng ở nước ngoài?
7 Hàng Việt Nam tự sản xuất có tốt không?

Exercise 18

Compounds can be formed with **phòng** ('room'). Match the Vietnamese on the left to the appropriate English equivalent on the right:

phòng học	office
phòng ăn	sitting room
phòng ngủ	classroom
phòng khách	dining room
văn phòng	bedroom
văn phòng phẩm	stationery
trưởng phòng	bathroom
phòng tắm	head of an office

Exercise 19

Compounds can be formed with **chính** ('policy, political'). Match the Vietnamese on the left to the appropriate English equivalent on the right:

chính khách	politician
chính phủ	government
chính đảng	political party
chính quyền	political views
chính sách	political power
chính kiến	policy

Buôn lậu 🔲

Smuggling

Hàng năm chính phủ Việt Nam thất thu hàng tỷ đồng vì dân buôn lậu trốn thuế. Mặc dù thuế đánh vào hàng nhập khẩu rất nhẹ, nhưng một số người buôn bán vẫn làm giầu bằng con đường buôn bán trái phép. Hàng năm khối lượng hàng hóa trị giá nhiều tỷ đồng từ Đài Loan, Thái Lan, Hồng Kông cũng như từ châu Âu chở lậu vào Việt Nam. Một số hàng đó là hàng giả, và đem bán trong các cửa hàng với giá cao. Thực ra, không cần bán hàng giả, chỉ cần bán hàng thật lậu thuế, thì bọn buôn lậu cũng lãi lắm rồi. Bọn buôn lậu đưa vào Việt Nam đủ các loại hàng như: TV, cassette, máy ảnh và các loại thực phẩm. Phần lớn những hàng lậu được bọn chúng dùng thuyền đánh cá nhỏ chở vào hải cảng Việt Nam, bằng đường biển. Hải quan Việt Nam cố chống buôn lậu trong nhiều năm. Nhưng không những nó không bị thanh trừ mà từ năm 1990 đến nay, giá trị hàng hóa đưa vào trái phép, đã tăng từ hàng trăm tỷ đồng lên đến hàng ngàn tỷ. Ông Kiểng, một chính trị gia ở Pari, nói rằng: 'Chính phủ Việt Nam không có đủ khả năng để giải quyết nạn buôn lậu'.

Vocabulary

thất thu	to lose	**máy ảnh**	camera
trốn thuế	to evade taxes	**thuyền đánh cá**	fishing boat
trái phép	illegally	**cố**	to try (very hard)
khối lượng	volume, amount	**thanh trừ**	purge, end, solve
trị giá	worth	**hải quan**	customs
giá trị	value	**tăng**	increase
chở lậu	to smuggle	**nạn**	disaster, plague
lãi	profit, interest	**khả năng**	ability, resource

Exercise 20

Answer these questions on the news item:

1 Hàng năm chính phủ Việt Nam thất thu bao nhiêu tiền vì dân buôn lậu trốn thuế?
2 Việt Nam đánh thuế hàng nhập khẩu có nặng không?
3 Dân buôn lậu chở những hàng gì vào Việt Nam?
4 Chúng chở hàng lậu vào Việt Nam bằng cách nào?
5 Vì sao chính phủ Việt Nam không đủ khả năng thanh trừ nạn buôn lậu?

13 Trong tiệm ăn

At the restaurant

By the end of this lesson you should be able to:

- use some more comparative sentences (e.g. 'the sooner the better')
- reinforce what you are saying
- ask what's the matter
- use some polite forms of address
- discuss what to order in a restaurant
- ask for an explanation

Đến hiệu ăn ▣

Mr and Mrs Phung have invited Mr and Mrs Bond to go with them to the restaurant. They are at home, waiting for the Bonds to fetch them

ÔNG PHỤNG: Bây giờ mấy giờ rồi hả mình?
BÀ PHỤNG: Dạ, bây giờ bẩy giờ đúng, mình ạ.
ÔNG PHỤNG: Mình chuẩn bị xong chưa? Bẩy giờ mười lăm là ông bà Bond đến đón.
BÀ PHỤNG: Xong rồi mình ạ.
ÔNG PHỤNG: Kià, ông bà Bond đã đánh xe đến đón rồi kià.
BÀ PHỤNG: Chào ông bà, ông bà đến đúng giờ quá.
BÀ BOND: Chào ông bà, xin ông bà thứ lỗi. Chúng tôi đến có hơi sớm một chút.
ÔNG PHỤNG: Dạ, thế thì càng tốt chứ sao.
ÔNG BOND: Đến sớm còn hơn đến trễ, phải không, thưa ông bà?
BÀ PHỤNG: Tôi cũng nghĩ như vậy, thưa ông.
BÀ BOND: Nhưng dù sao, chúng tôi vẫn là có lỗi, làm ông bà phải vội.
BÀ PHỤNG: Dạ, không sao.
ÔNG BOND: Xin mời ông bà lên xe.
ÔNG PHỤNG: Tôi ngồi đằng trước hay đằng sau, thưa ông?
BÀ BOND: Xin mời ông ngồi đằng trước với nhà tôi, để bà nhà ngồi đằng sau với tôi.
BÀ PHỤNG: Cám ơn ông bà.

MR PHUNG: *What time is it now, darling?*
MRS PHUNG: *It is seven o' clock sharp now, my dear.*
MR PHUNG: *Are you ready yet? Mr and Mrs Bond will come to fetch us at 7.15.*
MRS PHUNG: *I am ready, my dear.*
MR PHUNG: *Look! They have come in the car to pick us up.*
MRS PHUNG: *Good evening, Mr and Mrs Bond, you have come right on time.*
MRS BOND: *Good evening, Mr and Mrs Phung. I am sorry, we have come a little early.*
MR PHUNG: *Oh no, that's even better.*
MR BOND: *It's better to come early than late. Isn't that true?*
MR PHUNG: *I think so.*
MRS BOND: *But anyway, it's still our fault, we made you hurry.*
MRS PHUNG: *Not at all. (lit. 'It doesn't matter')*
MR BOND: *Please get in the car.*
MR PHUNG: *Shall I sit in the front or in the back?*

Mrs Bond: *Please sit in the front with my husband, let your wife sit in*
              the back with me.
Mrs Phung: *Thank you.*

Vocabulary

nằm	to lie down	**dù sao**	although, even so,
trên	on, above, upstairs		anyway
trung tâm	centre, in the middle	**vội, vội vàng**	to hurry, rush
đúng	correct, right, exactly	**không sao**	it doesn't matter
chuẩn bị	to prepare, be ready	**lên**	up, to rise, increase
đánh xe, lái xe	to drive a vehicle	**đằng trước,**	in the front
đúng giờ	on time	**trước**	
hơi một chút	a little bit	**đằng sau**	in the back
sớm	early	**càng . . . càng**	more . . . more
sớm hơn	earlier	**càng sớm càng**	the sooner the better
trễ, muộn,	late	**tốt**	
chậm		**càng nhiều**	the more the better
nghĩ	to think	**càng tốt**	

Language points

Càng . . . càng *('more . . . more')*

The auxiliary verb **càng . . . càng . . .** means 'more . . . more . . .' For example:

Càng nhiều *càng* **tốt.**	The *more* the *better.*
Càng sớm *càng* **tốt.**	The *sooner* the *better.*
Càng uống *càng* **say.**	The *more* you drink the *more* you get drunk.
Cô Angela *càng* ngày *càng* **đẹp.**	Angela is getting *prettier* and *prettier* every day.

Hơi . . . một chút *('a little, hardly')*

Chúng tôi đến có *hơi* sớm *một chút.*	We came *a little* early.
hơi mệt *một chút*	*a little* tired
hơi bận *một chút*	*a little* busy
hơi say *một chút*	*a little* drunk
hơi đói *một chút*	*a little* hungry

Thế thì . . . chứ sao ('even')

This phrase reinforces what you are saying and can often be translated as 'even', 'really' or 'still':

Thế thì càng tốt chứ sao.	So it is *even* better.
Thế thì cũng được chứ sao.	So it is *really* OK.
Thế thì càng hay chứ sao.	So it is *even* more interesting.
Thế thì càng vui chứ sao.	It is *even* happier. (It even made it happier)

Notice that **chứ sao** here means 'I think' or 'don't you think'. But in many cases there is no obvious English translation.

Asking what's the matter

Có sao, làm sao	What's the matter?
Không sao.	Never mind, it doesn't matter.
Anh làm sao vậy?	What's the matter with you?
Tôi không sao.	I am OK. (Nothing's the matter with me)
Anh có sao không?	What has happened to you? (Are you hurt?)
Tôi không sao.	I am OK.

Exercise 1

Translate the following into Vietnamese.

1 What time is it now?
2 Are you ready yet?
3 Who is coming to pick you up?
4 Did you come to work on time?
5 Do you think that it is good to arrive early?
6 What should you say when you come late?
7 Do you think that arriving earlier is even better?

Exercise 2

Check the following questions in Vietnamese to see if they are similar to your questions in Exercise 1 or different.

1 Mình ơi, mấy giờ rồi mình?
2 Em đã chuẩn bị xong chưa em?
3 Hôm nay ai đến đón anh đi dự tiệc?
4 Hôm qua anh đi làm có đúng giờ không?

5 Anh có nghĩ rằng đến sớm hơn một chút là tốt hơn không?
6 Nếu em đến trễ thì em phải nói sao? (**nếu** = 'if')
7 Có phải đến càng sớm thì càng tốt phải không?

Exercise 3

| **một mình** | alone, by oneself |
| **mình em thôi** | only yourself |

Choose the right answer for each question in Exercise 2.

1 Em ơi, em có đi với anh không.
2 Em chuẩn bị xong rồi, anh ạ.
3 Tám giờ rồi mình ạ.
4 Chẳng có ai đón anh cả.
5 Chỉ có mình em thôi.
6 Một mình anh đi, không có ai đón.
7 Anh đi làm đúng giờ, không trễ phút nào.
8 Anh nghĩ như vậy.
9 Nếu em đến trễ, thì em phải nói: xin lỗi, tôi đến trễ.
10 Đến sớm quá thì cũng không tốt.
11 Vì lúc nào anh cũng bận.
12 Các bạn anh mời anh, anh cũng phải mời các bạn.
13 Con trai thích ngồi đằng trước, hơn là ngồi đằng sau.
14 Anh sống một mình, chẳng có ai đến đón anh bao giờ.

Exercise 4

Answer the questions and use **thế thì** . . . **càng** to respond to the statements. For example:

Anh làm sao thế, anh mệt à? Vâng, tôi mệt lắm.
Hôm nay nhiều bạn đến chơi quá. Thế thì càng vui chứ sao.

1 Anh làm sao thế, anh mệt à?
2 Anh có sao không?
3 Vợ anh có sao không, có mệt lắm không?
4 Hôm nay nhiều bạn đến chơi quá.
5 Tôi sẽ đi làm việc ở Việt Nam.
6 Tôi sẽ phải làm việc với nhiều người Việt Nam.

Exercise 5

Find statements which these responses could follow. For example:

Tôi phải sang Hồng Kông buôn I have to go to Hong Kong to do
bán, mệt quá. Thế thì anh business. It's so tiring. But you
càng giầu chứ sao. will be richer, I think.

1 Thế thì càng tốt chứ sao.
2 Thế thì càng vui chứ sao.
3 Thế thì cũng được chứ sao.
4 Thế thì càng hay chứ sao.
5 Thế thì càng biết nhiều bạn chứ sao.
6 Thế thì càng có nhiều tiền chứ sao.

Tone practice ▣

This tone practice is focused on **tr**, **ng**, **ngh**, **qu** combined with vowels. It
also practises the content of the lesson.

tre, trè, trẻ, trẽ, trẹ
trê, trề, trế, trể, trễ, trệ
nghĩ ngợi, nghênh ngang, nghiêm ngặt

nghiêng, nghiệp, nghiệt, ngã, ngoa, ngoắt
ngoạch, ngoạc, ngoảnh, ngoao, ngoáo, ngoáp
ngoay, ngoáy, ngoày, ngoắc, ngoặc
ngoăn, ngoằn, ngoắn, ngoẳn, ngoẵn
ngoẳn ngoèo, ngoắt ngoéo, ngoặt ngoẹo
ngóc ngách ngoe ngóe ngoem ngoém ngoẻm
ngoen ngoẻn ngoéo ngoẹo
ngông ngỗng ngồng ngống
ngột ngạt ngơ ngác ngớ ngẩn

quí, quỉ, quĩ, quị
quích, quít, quịt, quốc
quờ, quạng, quở, quyên, quyền, quyến, quyển, quyện
quyết, quyệt, quỳnh, quýnh, quynh

Gọi các món ăn 🔲

Mr and Mrs Bond and Mr and Mrs Phung arrived at the Phu Gia hotel at 7.20. The two waiters and a waitress went out to the door to welcome the customers (guests)

HẦU BÀN:	Kính chào quí ông quí bà.
ÔNG BÀ PHỤNG VÀ ÔNG BÀ BOND:	Chào anh chị.
HẦU BÀN:	Xin mời quí vị vào trong.
ÔNG BÀ PHỤNG VÀ ÔNG BÀ BOND:	Cám ơn.
HẦU BÀN:	Thưa các vị muốn ngồi chỗ nào ạ?
ÔNG BOND:	Ta ngồi đâu, thưa ông bà?
ÔNG PHỤNG:	Tùy ông bà, muốn ngồi đâu cũng được.
BÀ BOND:	Thưa bà, bà muốn chọn chỗ nào?
BÀ PHỤNG:	Có lẽ mình lấy cái bàn chỗ gần cửa sổ. Các vị xem thế nào?
ÔNG BOND:	Chỗ ấy thì tuyệt.
BÀ BOND:	Tôi cũng vậy. Chỗ ấy vừa nhìn được ra hồ Gươm, vừa được hưởng không khí trong lành.
ÔNG BOND:	Còn ông thế nào, ông Phụng?
ÔNG PHỤNG:	(Mỉm cười nói vui); Vợ ngồi đâu thì chồng ngồi đấy.

Tất cả cùng cười, và cùng ngồi quanh chiếc bàn gần cửa sổ. Cô phục vụ bàn đưa thực đơn và mời nước.

ÔNG BOND:	Nhiều món quá, không biết nên chọn món nào.
BÀ BOND:	Tôi cũng vậy, tôi thì đại dốt chọn món ăn Việt Nam.
ÔNG BOND:	Có lẽ để ông bà Phụng chọn tốt hơn.
ÔNG PHỤNG:	Tôi cũng kém cái khoản này lắm. Nhà tôi sành ăn hơn tôi.
BÀ PHỤNG:	Tôi cũng chẳng sành lắm đâu. Nhưng chả lẽ cứ người này đẩy cho người kia mãi. Để tôi hỏi cô phục vụ xem.

WAITERS AND WAITRESS:	*Good evening (sir and madam).*
MR AND MRS PHUNG AND BOND:	*Good evening.*
WAITERS AND WAITRESS:	*Please come in.*
MR AND MRS PHUNG AND BOND:	*Thank you.*

WAITERS AND WAITRESS:	*Where would you like to sit?*
MR BOND:	*Where shall we sit?*
MR PHUNG:	*It's up to you. I don't mind.*
MRS BOND:	*Where would you like to choose, Mrs Phung?*
MRS PHUNG:	*Perhaps we should take the table near the window, what do you think?*
MR BOND:	*It's wonderful.*
MRS BOND:	*I agree. If we sit there we can see the lake of the restored sword and we can have fresh air as well.*
MR BOND:	*What about you, Mr Phung?*
MR PHUNG:	*(jokingly) Where the wife is, there is the husband.*

They all laugh and sit round the table near the window. The waitress hands them the menu and serves tea.

MR BOND:	*There are too many dishes. I do not know which one to choose.*
MRS BOND:	*Neither do I. I am ignorant when it comes to choosing Vietnamese dishes.*
MR BOND:	*It would be better if Mr and Mrs Phung would choose them.*
MR PHUNG:	*I am not very good at that either. My wife is more experienced than me in this sphere.*
MRS PHUNG:	*I am not an expert. But we can't hang around like this for so long. Let me ask the waitress.*

Vocabulary

vào lúc	at the time	hồ Gươm hồ	the lake of the restored
lúc, lúc nào	when, what time	Hoàn Kiếm	sword
hầu bàn	waiter, waitress	hưởng	to enjoy
người phục	waiter, waitress	không khí	air
vụ bàn		trong lành	fresh
gái	female	nói vui	to joke
trai	male	tất cả	everyone, everything,
ra tận cửa	to go out to the door		all
kính chào	(polite way to say	quanh	around
	hello)	thực đơn	menu
tùy	depend on, up to,	món	dish (of a meal)
	subject to	đại dốt	ignorant (*lit.* a big
tuyệt	lovely, wonderful		fool)

khoản	term, item, sum	chả lẽ, chẳng lẽ	really? is it possible?
sành	experienced, expert	đẩy	to push, hang around (wait)

Language points

Forms of address showing great respect

Quí ông, bà, vị is a polite form to address people to whom you want to show great respect. The literal meaning of quí is 'valuable, precious',

quí khách	honour, distinguished guest
quí ông *quí* bà	ladies and gentlemen
qui vị	ladies and gentlemen

In Vietnamese formal speech it is usual to address people as follows: **Kính thưa các vị** or **Kính thưa quí ông quí bà** or **Kính thưa quí vị**. **Kính** means 'respect, respectfully'.

If you talk to your friends you can start with: **Thưa các bạn** or **Các bạn thân mến** (**thân mến** = 'dear').

Asking for an explanation

Tại sao . . . lại không . . . means 'Why not', 'Why don't . . .':

Tại sao ông *không* đến?	*Why didn't* you come?
Tại sao cô *lại không* ăn?	*Why didn't* you eat?

Notice that, just as in English, this can be used to make a suggestion:

Vậy *tại sao* ta *lại không* gọi món đó.	So why don't we order these dishes?

Vocabulary notes

Đại *('big, great')*

We have learnt that **to, lớn** means 'big, large'. **Đại**, which is derived from Chinese, also means 'big' but can also be used to mean 'great'. Compare the following two sentences:

Nguyễn Du là nhà thơ vĩ *đại* của Việt Nam.	Nguyen Du is a *great* poet of Vietnam.

Bảo Đại là một người to lớn. Bao Dai is a *big* man.

Exercise 6

Translate the following into Vietnamese.

1 London is a big and famous city in the west.
2 The distinguished guests very often come for dinner in the hotel Phu Gia.
3 I came a little early, but she came a little late.
4 She came late, but talked too much.

Exercise 7

Translate into English:

1 Khách đến càng nhiều càng vui.
2 Khách càng uống càng say.
3 Cô Thu càng ngày càng đẹp.
4 Cô Tâm học càng ngày càng giỏi.
5 Đến sớm còn hơn đến trễ.
6 Đến trễ còn hơn là không đến.

Exercise 8

Choose the words provided on the right to complete the sentences:

1 Tùy ông bà, tôi thế nào . . .   biết đâu
2 Tùy ông đấy, tôi không . . .   cũng được
3 Tùy anh, anh muốn đến lúc nào . . .   làm sao
4 . . . mình lấy cái bàn gần của sổ.   xin lỗi
5 . . . cô ấy về nước rồi.   phải rồi
6 . . . ông có phải là ông Bond không?   có lẽ

Exercise 9

1 You are a waiter in a restaurant. What do you say to:
   a) welcome the customers (guests) and offer them the menu;
   b) tell them where the best table to sit at is.
2 You come to fetch your friends to go somewhere in your car. What do you say to your friends when you arrive?
3 You have invited a married couple to your house. What do you say to invite them to come in, sit down? How do you ask about having tea, coffee, dinner etc.?

Vocabulary notes

Tùy

Tùy can be used in various ways with the idea of 'depending on':

Tùy ông bà, muốn ngồi đâu cũng được.	*It's up to* you, I don't mind, sit anywhere, it is OK.
Cái đó cũng còn *tùy* . . .	*It depends* . . .
Cũng còn *tùy* **từng trường hợp.**	*It depends* on individual cases.
Anh muốn làm gì *tùy ý* = **Anh muốn làm gì thì làm.**	You can do anything you like.
Tùy ý anh, tôi thế nào cũng được.	*It's up to* you, I don't mind.

Thử

Thử can be used in various ways to mean 'try':

Cô *thử* **giới thiệu các món ăn ngon ở hiệu này xem.**	Please *try* and recommend the good dishes in this restaurant.
thử **quần áo**	*try on* the clothes
ăn *thử*	*taste* the food
làm *thử*	*test* the job
thi *thử*	*mock* exams

Notice that it can mean 'try doing' as well as 'attempt to do something'.

Anh *thử* **nói nghe xem.**	Please *try to* say it.
Anh *thử* **làm thế này xem sao.**	Please *try doing* it like that to see (what will happen).

Exercise 10

Translate the questions into English:

1 Tại sao cô ấy lại không mời anh?
2 Tại sao cô ấy lại không yêu anh? (**yêu** = 'love')
3 Tại sao anh không mời cô ấy đi chơi?
4 Tại sao anh không xin đi làm ở Việt Nam. (**xin** = 'apply')
5 Cô ấy thích anh, vậy tại sao anh lại không thích cô ấy?

Exercise 11

Choose the right answers for the questions in Exercise 10.

1 Tại vì cô ấy yêu tôi.
2 Tại vì cô ấy không thích tôi.
3 Tại vì tôi không có việc làm.
4 Tại vì tôi không có nhiều tiền.
5 Tại vì tôi không đẹp trai.
6 Tại vì tôi không thích cô ấy.
7 Tại vì tôi bận quá.
8 Tại vì tôi không muốn đi.
9 Khó nói lắm.
10 Biết nói sao cho anh hiểu.
11 Biết nói làm sao bây giờ.

Ăn uống ▢▢

Having dinner: Mrs Phung talks to the waitress

BÀ PHỤNG:	Cô thử giới thiệu các món ăn ngon ở hiệu này xem.
HẦU BÀN:	Thưa các vị, tôi nghĩ các vị nên khai vị bằng món chả nem.
ÔNG BOND:	Món chả nem trước có được không, các vị?
ÔNG PHỤNG:	Vâng, được.
ÔNG PHỤNG hỏi ông bà BOND:	Ông bà có ăn cay được không?
ÔNG BOND:	Dạ, chúng tôi ăn cay được và dùng đũa được.
BÀ BOND:	Chúng tôi gần như người Việt Nam rồi, thưa ông bà.
BÀ PHỤNG:	Có lẽ cần gọi thêm thứ uống. Hai ông và bà Bond uống gì nào?
ÔNG BOND:	Đúng rồi, cám ơn bà. Nếu bà không nhắc thì tôi lại quên, cái điều quan trọng nhất là ăn cơm thì phải uống rượu.
BÀ BOND:	Thưa ông Phụng, ông uống gì nào?
ÔNG PHỤNG:	Tôi không dùng được rượu, chỉ uống bia thôi, bà gọi giùm chai bia Trúc Bạch Hà Nội. Cám ơn bà.
ÔNG BOND:	Tôi nghe nói rượu gạo Việt Nam ngon lắm. Xin cho tôi một chai.
BÀ PHỤNG:	Có lẽ chị em tôi uống rượu nhẹ thôi. Thế nào bà Bond?
BÀ BOND:	Dạ, thưa vâng.

Vocabulary

khai vị, bắt đầu ăn	to start to eat	**cần**	need, should
chả nem, chả giò	spring meat roll	**thứ uống**	kind of drink
gọi	to call, order	**quan trọng**	important
thêm	to add, have some more	**điều**	thing
		rượu	wine, alcohol
cay	hot, hot stuff	**bia**	beer
gần như	nearly as, nearly the same	**chai**	bottle
		rượu gạo	rice wine

Exercise 12

Answer these questions from the dialogue:

1 Ông bà Bond có ăn cay được không?
2 Ông bà Bond có biết dùng đũa không?
3 Ông bà Phụng có uống rượu không?
4 Họ ăn những món gì?
5 Uống rượu có tốt không?

14 Làm quen với nhau

Getting to know someone

By the end of this lesson you should be able to:

- use some more markers of past, present and future time
- use clauses meaning 'although' and 'even so'
- use the conjunction **để** ('in order to')
- express obligation
- use some more ways of referring to location (e.g. 'in, inside')
- use time clauses with 'for' and 'since'

Nói chuyện này chuyện nọ 📼

Mr Phung's friend who runs the bookshop sees an American tourist in a park and strikes up a conversation with him

VN:	Có phải đây là lần đầu tiên ông đến thăm Việt Nam không?
DU LỊCH:	Không, cách đây hơn hai mươi năm, tôi đã đến Việt Nam. Lúc đó tôi là sỹ quan trong quân đội Mỹ.
VN:	Và bây giờ, ông đến đây với tư cách là một khách du lịch. Vì sao ông trở lại?
DU LỊCH:	Tôi đến đây để thăm lại đất nước Việt Nam, thăm lại những người bạn cũ Việt Nam của tôi.
VN:	Trở lại Việt Nam ông có vui không?
DU LỊCH:	Vui buồn lẫn lộn.
VN:	Vì sao vậy, thưa ông?
DU LỊCH:	Tôi không biết nói làm sao, nhưng đó là tình cảm thật của tôi.
VN:	Chiến tranh thật là khủng khiếp. Nhưng nó đã lùi vào dĩ vãng. Xin ông hãy quên nó đi.
DU LỊCH:	Nhưng tôi vẫn cảm thấy buồn, mỗi khi tôi nghĩ đến những người Việt Nam đã chết trong chiến tranh.
VN:	Nhưng tôi nghĩ rằng nhiều gia đình người Mỹ cũng mất người thân trong chiến tranh, và tất cả chúng ta đều đau khổ như nhau.
DU LỊCH:	Tôi đồng ý với ông. Thưa ông, trong chiến tranh, ông làm gì vậy?
VN:	Trong chiến tranh, tôi là giáo sư văn học Việt Nam.
DU LỊCH:	Bây giờ ông làm gì, thưa ông?
VN:	Bây giờ tôi làm chủ hiệu sách.

VIETNAMESE:	*Is this your first visit to Vietnam?*
TOURIST:	*No. I came to Vietnam more than twenty years ago. I was an officer in the US army.*
VIETNAMESE:	*And now you are here again as a tourist. Why did you come back?*
TOURIST:	*I came here to visit the country of Vietnam again, and to see my old Vietnamese friends.*
VIETNAMESE:	*Are you happy to be back?*
TOURIST:	*My happiness is mixed with sadness.*
VIETNAMESE:	*Why is that?*
TOURIST:	*I do not know how to explain. But that is what I really feel.*
VIETNAMESE:	*The war was really terrible. But it is a thing of the past. Please forget it.*

TOURIST: *But I feel sad that so many Vietnamese people were killed during the war.*

VIETNAMESE: *But I think that many American families lost their relatives too during the war. We all feel sad about it.*

TOURIST: *I agree with you. By the way, what did you do during the war?*

VIETNAMESE: *During the war I was a lecturer in Vietnamese literature.*

TOURIST: *What do you do now?*

VIETNAMESE: *I am now the owner of a book store.*

Vocabulary

câu chuyện	story, conversation	quên	forget
sỹ quan	military officer	dù sao	even so, although
quân đội	army	cảm thấy	to feel
với tư cách là	as (in the capacity of)	mỗi khi	each time, whenever
tư cách	quality, personality, dignity	chết	to die
		chém giết	to kill, destroy
bạn cũ	old friend	người thân	relative
buồn	sad	gia đình	family
lẫn lộn	to mix with, confuse	mất	to lose, miss
tình cảm	feeling, emotion	đồng ý	to agree
chiến tranh	the war	giáo sư	professor, lecturer
khủng khiếp	terrible	văn học	literature
dĩ vãng	the past	chủ	boss, manager, owner

Language points

Some more markers of time

cách đây	ago (*lit.* from now)

Cách đây hơn hai mươi năm tôi đã đến Việt Nam. More than twenty years *ago* I came to Vietnam.

Other time expressions:

trước đây	before, previously
sau đây	after that, afterwards
hiện nay	now, at present
bây giờ	now, at present

ngay bây giờ	right now, at this moment
lát nữa, chốc nữa	later, after a while
sau này	later, in the future
tương lai	future
quá khứ, dĩ vãng	the past
hiện tại	now

Trước đây tôi là giáo sư văn học Việt Nam, *bây giờ* tôi là chủ hiệu sách.	*Before* I was a lecturer in Vietnamese literature. *Now* I am the owner of a book store.
Cách đây không lâu tôi đã đến thăm Việt Nam.	Not long *ago* I visited Vietnam.
Chào anh, *lát nữa* gặp lại.	Bye, see you *later*.
Hiện nay Việt Nam còn nghèo, nhưng trong *tương lai* Việt Nam sẽ giàu.	*Now* Vietnam is poor but *in the future* Vietnam will be a rich country.

Mặc dù *('although')*

Mặc dù tôi sinh ra ở nước Mỹ, nhưng tôi vẫn là người Việt Nam.	*Although* I was born in the USA I am still Vietnamese.

Để *('in order to')*

Tôi đến đây *để* thăm lại đất nước Việt Nam.	I have come here *to* (*in order to*) visit the country of Vietnam again.
Tôi đến Việt Nam *để* làm ăn buôn bán.	I have come to Vietnam *to* do business.

Vocabulary notes

Tư cách *('personality, dignity, quality, behaviour, essential')*

Tư cách has various meanings and uses. For example:

với *tư cách* là	in the *capacity of*, as
Tư cách của ông ta rất tốt.	His *behaviour* is very good.
Ông ta không đủ *tư cách* làm một nhà ngoại giao.	He is not *qualified* to work as a diplomat.
Anh đến đây với *tư cách* gì?	In what *capacity* have you come here?

Lại *('to come again, to resume doing something')*

Xin mời cô *lại* **đây.**   Please *come* here (Miss).
Xin mời ông *lại* **chơi.**   Please *come* to see us (Sir).

In these cases **lại** acts as a main verb with the meaning 'to come'. **Lại** can also be used as an adverb or an auxiliary verb after the main verb, with the meaning of 'again'. For example:

Tôi đến đây để thăm *lại* **đất**   I came here to visit the country of
nước Việt Nam, thăm lại   Vietnam *again* to see my old
những người bạn cũ Việt   Vietnamese friends.
Nam của tôi.

If **lại** comes before the main verb and acts as an adverb or auxiliary verb it means 'resume doing something'. For example:

Tôi đã viết một cuốn tiểu   I have written a novel before and now
thuyết, bây giờ tôi *lại* **viết**   I *have resumed* writing another one.
một cuốn nữa.

Here are some more examples:

| **viết** *lại* | write *again* | **thăm** *lại* | visit *again* |
| *lại* **viết** | *resume* writing | *lại* **thăm** | *resume* visiting |

Thật là *('really')*

Chiến tranh *thật là* **khủng khiếp.** The war was *really* terrible.
Anh *thật là* **giỏi.**   You are *really* excellent.
Tôi *thật* **không biết nói gì hơn là** I *really* don't know what to say
cám ơn anh nhiều nhiều lắm. but thank you very very much.
Tôi *thật là* **có lỗi, xin anh tha** I am *really* sorry, please forgive
thứ.   me.

Thật là or **thật** usually acts as an adverb.

Exercise 1

Look at this extract from Paul Smith's résumé. Write down how long ago he did these things:

1964	sĩ quan trong quân đội Việt Nam
1966	giáo sư toán học
1970	đi thăm Châu Âu
1972	viết tiểu thuyết

1978	làm ở khách sạn
1980	học tiếng Anh
1982	học tiếng Pháp
1986	học lại tiếng Anh

Exercise 2

Now give someone information about Mr Smith's career using 'before' and 'after that'.

Exercise 3

It's 1965. Ask Mr Smith what he did last year and what he is going to do next year. How would he answer your questions?
    Now do the same for 1971, 1979 and 1981.

Exercise 4

Use the following phrases to make sentences:

1 Với tư cách là . . .
2 Ông ta đủ tư cách làm . . .
3 Xin mời cô lại . . .
4 Tôi lại phải đi . . .
5 Anh phải làm lại . . .
6 Dù sao tôi vẫn cảm thấy . . .
7 Mặc dù tiếng Việt của tôi chưa giỏi nhưng . . .

Exercise 5

Translate the following into Vietnamese, then answer in Vietnamese.

1 Have you been in Saigon for long?
2 How long have you been living in Saigon?
3 What did you do before?
4 What are you doing now?
5 Are you going to work in Vietnam next month?

Exercise 6

Find the questions that might be answered by these statements:

1 Tôi mới đến Sài Gòn hôm qua thôi.

2 Tôi mới ở Sài Gòn có hai tuần.
3 Trước đây tôi là giáo sư văn học Việt Nam.
4 Bây giờ tôi là chủ hiệu sách.
5 Tháng sau tôi sẽ đi làm việc ở Việt Nam.
6 Tôi đến Việt Nam để làm ăn buôn bán.
7 Tôi đến Việt Nam với tư cách là khách du lịch.

Exercise 7

cảm thấy có lỗi	to feel guilty
vấn đề chủ yếu	the main question
bài viết	an article

Complete these sentences:

1 Tôi không biết nói làm sao, nhưng . . .
2 Chiến tranh thật là khủng khiếp, nhưng . . .
3 Dù sao tôi vẫn cảm thấy như mình có lỗi, mỗi khi . . .
4 Người Việt Nam chúng tôi cũng có lỗi, vì . . .
5 Ông đã đọc bài viết của một nhà báo Mỹ nói về . . .
6 Vấn đề chủ yếu hiện nay là . . .

Exercise 8

Translate this extract from *Who's Who* for your Vietnamese friend.

JM b. 1894. d. 1989. Great British novelist. Married (1929) 2 sons (1933 and 1939) 1 daughter (b. 1942 d. 1945).

Exercise 9

Your Vietnamese friend is always doing surprising things. Ask her why she is going to do or did the following:

1 rời trường đại học
2 sang Mỹ
3 tham gia quân đội
4 làm ở hiệu sách
5 trở lại Việt Nam
6 mở khách sạn

Exercise 10

Answer the questions by using one of the following phrases:

1 write a novel   **viết tiểu thuyết**
2 earn a lot of money   **kiếm được nhiều tiền**
3 be happy   **vui**
4 travel   **đi du lịch**
5 learn English   **học tiếng Anh**

Exercise 11

Choose the pairs of clauses which seem most surprising and connect them using 'although':

1 Anh ấy sống ở Việt Nam   Anh ấy nói tiếng Anh giỏi
2 Anh ấy học môn lịch sử   Anh ấy học rất chăm
3 Anh ấy làm ở nhà băng   Anh ấy vui lắm
4 Anh ấy sống ở Mỹ   Anh ấy có nhiều tiền
5 Anh ấy viết tiểu thuyết   Anh ấy không vui

Exercise 12

Use the words provided to build sentences with **để**. For example:

Tôi đến Việt Nam . . .   I have come to Vietnam . . .
Tôi đến Việt Nam để buôn bán. I have come to Vietnam to do
                                   business.

1 Tôi sang Mỹ . . .
2 Chúng tôi, bàn ghế, trong phòng học . . .
3 Các công ty nước ngoài đến Việt Nam . . .
4 Anh ấy nói xem sao . . .
5 Tôi đến đây . . .

Exercise 13

Translate into English:

1 Tôi thật rất vui được biết anh.
2 Tôi thật không biết, ông ấy là ông Bộ trưởng Bộ Ngoại Giao.
3 Anh ta thật có lỗi, nhưng mong ông tha thứ.
4 Anh nói tiếng Việt Nam nghe thật là hay.
5 Cô học thật là giỏi.

Tone practice 🔲

In this tone practice we concentrate on **tr, ch, kh, qu** combined with a vowel.

Chiến tranh thật là khủng khiếp.
Không có chiến tranh thì tốt bao nhiêu.
Cương quyết phản đối chiến tranh,
để loài người sống trong hòa bình.
tranh-chanh tránh-chánh trốn-chốn trung-chung
khó khăn khốn khổ quanh quẩn loanh quanh
quỷ quyệt quyết liệt quét quẹt
chênh chếch chếnh choáng chệnh choạng.

Tôi lại về đây, thăm đất nước tôi.
Thăm mái trường xưa, thăm thành phố cũ.
Thăm cha, thăm mẹ, bạn hữu họ hàng.
Thăm cánh đồng quê, được mùa lúa chín.
Nhìn cánh diều bay, con trâu cày ruộng.
Nhìn cánh buồm nâu, cỡi sóng ra khơi.
Những người nông dân, vất vả suốt đời.
Đó là những mảnh đời, của tôi thời thơ ấu.

Quê hương ơi, cách mấy trùng dương.
Chim nhạn đi xa, bay về mỏi cánh.
không vượt nổi đại dương.
Đành dừng chân trên đảo vắng.
Quê hương tôi, một màu xanh thắm.
Màu của rừng cây, của cây lúa lên bông.
Quê hương tôi, con sông xanh lượn quanh đồi cát trắng.
Những cánh buồm nâu soi bóng dưới trăng vàng.

Trao đổi ý kiến 🔲

Mr Phung's friend continues his conversation with the American tourist

DU LỊCH:	Ông ở Sài Gòn lâu chưa?
VN:	Tôi là người miền Bắc, theo bố mẹ vào Nam từ năm một nghàn chín trăm năm tư.
DU LỊCH:	Ông có ghét người Mỹ chúng tôi không?
VN:	Sao ông lại hỏi như vậy. Người Mỹ là khách của chúng tôi.
DU LỊCH:	Theo ông thì nước Mỹ nên làm gì?
VN:	Người Việt Nam muốn hợp tác với Mỹ, để xây dựng lại

đất nước. Chúng tôi muốn nước Mỹ là người bạn tốt của chúng tôi.

Du lịch: Tôi rất vui được nói chuyện với ông.

VN: Cám ơn ông, tôi cũng vậy. Tôi cũng rất vui được nói chuyện với một người Mỹ như ông.

Du lịch: Cám ơn ông. Ông có ở gần đây không?

VN: Dạ, nhà tôi ở phố Nguyễn Tri Phương, quận mười Sài Gòn. Xin mời ông lại chơi.

Du lịch: Cám ơn ông, xin để khi khác. Hôm nay tôi chưa đến được, nhưng tôi nhất định sẽ đến thăm ông. Còn tôi ở khách sạn Bến Thành "The Rex hotel", số nhà 141 Đại lộ Nguyễn Huệ. Số điện thoại buồng tôi là 92185. Mời ông đến chơi vào chiều chủ nhật tới, có được không.

VN: Cám ơn ông. Tôi nhất định sẽ đến thăm ông.

TOURIST: *How long have you been living in Saigon?*

VIETNAMESE: *I am a northerner. I came to the South with my parents in 1954.*

TOURIST: *Do you hate us, the Americans?*

VIETNAMESE: *Why do you ask me such a question? The Americans are our guests.*

TOURIST: *What should the USA do?*

VIETNAMESE: *The Vietnamese would like to co-operate with the USA to rebuild the country. We want the USA to be a good friend of ours.*

TOURIST: *I have enjoyed talking with you.*

VIETNAMESE: *Thank you, me too. I am very pleased to talk with an American such as you.*

TOURIST: *Thank you. Do you live near here?*

VIETNAMESE: *My home is in Nguyen tri Phuong street, in district 10 Saigon. Please come to see us there.*

TOURIST: *Thank you. But maybe another time. Today I can not come. But I will certainly come and see you one day. Oh by the way, I live in the Ben Thanh hotel, 'The Rex', number 141 Nguyen Hue boulevard. My room telephone number is 92185. Perhaps you could come and see me next Sunday afternoon.*

VIETNAMESE: *Thank you. I'll certainly come to see you.*

Vocabulary

lâu	long, long time	xây dựng lại	to rebuild
miền	area, district	nói chuyện	to talk, chat
bắc	north	phố	street, road
nam	south	khu phố	district
theo	to follow	để khi khác	to leave for another
trong	in, inside, during		time
ghét	to hate, dislike	đại lộ	boulevard
khách quí	honour,	số điện thoại	telephone number
	(distinguished) guest	gọi điện thoại	to telephone
nên	should	gọi	to call
khuyên	to advise	tới	to come
hợp tác	to co-operate	chủ nhật tới	next Sunday
xây dựng	to build	quận	district

Language points

Phải, nên ('should')

Nước Mỹ *phải* làm gì?	What *should* the USA do?
Chúng ta *nên* làm gì?	What *should* we do?
không *nên* nói nhiều	*should* not talk too much
không *nên* uống nhiều	*should* not drink too much

Time elapsed

Tôi đã ở Mỹ được năm năm.	I have lived in America *for* five years.
Tôi đã ở Mỹ từ năm 1954.	I have lived in America *since* 1954.

More words of location

trong	in, inside, during, at
trong chiến tranh	*during* the war
trong khi nghỉ phép	*during* the holidays
trong nước	*inside* the country
ngoài, bên ngoài	outside
Ngoài trời đang mưa.	It's raining outside.
trước, đằng trước	in front of
trước mặt	in front of (opposite)
sau, đằng sau	behind

Exercise 14

Translate into Vietnamese.

1 Are you happy, Miss?
2 Why are you so sad?
3 What have you come here for?
4 Are you English or American?
5 Are you a tourist or a businessman?
6 Are you a diplomat or a tourist?
7 What did you do during the Vietnamese war?
8 Were you an American military officer during the war in Vietnam?
9 Why did you ask him such a question?

Exercise 15

Answer the questions in Exercise 14.

Exercise 16

Make sentences from this list:

tôi	đọc sách	khi máy bay đang bay
ông An	làm ở nhà băng	trong chiến tranh
tôi	buồn ngủ	khi quay phim

Vui buồn lẫn lộn

The happiness is mixed with sadness

Ông Davis trước đây là sĩ quan trong quân đội Mỹ, đã từng tham chiến ở Việt Nam, trở lại thăm Việt Nam với tư cách là người du lịch. Ông nói: tôi đến Việt Nam, để thăm lại những người bạn cũ Việt Nam của tôi. Một người Việt Nam tên là Minh, hỏi ông Davis; ông có vui không? Ông Davis trả lời: buồn vui lẫn lộn; vì ông vẫn cảm thấy như mình có lỗi, mỗi khi ông nghĩ đến những người Việt Nam vô tội đã bị chết trong chiến tranh. Ông Minh, trước đây là giáo sư văn học, nay là chủ hiệu sách, cũng nói; người Việt Nam chúng tôi cũng có lỗi, vì đã không biết giải quyết mâu thuẫn bằng hòa bình. Việt Nam muốn hợp tác với Mỹ để xây dựng lại đất nước, và muốn buôn bán với Mỹ.

Vocabulary

tham chiến	to take part in the war	**mâu thuẫn**	conflict, contradiction
trở lại	to return, come back	**hoà bình**	peace
giải quyết	to solve, settle		

Exercise 17

Answer these questions:

1 Ông Davis là ai?
2 Ông ấy đến Việt Nam làm gì?
3 Ông ấy có vui không?
4 Vì sao ông ấy nói; vui buồn lẫn lộn?
5 Ông Minh là ai?
6 Trong chiến tranh ông ấy làm gì?
7 Bây giờ ông ấy làm gì?
8 Trong chiến tranh ông (bà) làm gì?

15 Phong tục Việt Nam

Vietnamese customs

By the end of this lesson you should be able to:

- express likes and dislikes
- connect sentences with markers of addition and contrast (e.g. 'both . . . and, but')
- express reasons and purpose
- use some conditional sentences
- use some common exclamations to show you are impressed
- use **đi** in imperative sentences
- use another way of emphasizing what you are saying

Những ngày hội ở Việt Nam 📼

Angela wants to ask her friend Phi Yen about Vietnamese festivals and customs

ANGELA: Phi Yến, mình muốn hỏi cậu, Tết là gì?

PHI YẾN: Tết nghĩa là hội hè, là năm mới cuả Việt Nam.

ANGELA: Sao không gọi là năm mới, lại gọi là Tết?

PHI YẾN: Vừa gọi là năm mới vừa gọi là Tết.

ANGELA: Sao rắc rối vậy?

PHI YẾN: Có gì mà rắc rối, vì Tết là năm mới cuả Việt Nam theo âm lịch.

ANGELA: Vậy Tết là ngày hội truyền thống của nhân dân Việt Nam phải không? Mình muốn biết về phong tục tập quán của Việt Nam mà.

PHI YẾN: Phải rồi. Tết là ngày hội truyền thống yêu dấu nhất và quan trọng nhất cuả dân tộc Việt Nam. Tết là từ chữ Trung Quốc, có nghĩa là ngày hội, ngày nghỉ ngơi, vui chơi giải trí, sau một năm dài làm ăn vất vả.

ANGELA: Tết Việt Nam thường vào tháng mấy dương lịch?

PHI YẾN: Thường vào tháng hai dương lịch.

ANGELA: Mình nghĩ; chắc là người ta sẽ có món ăn đặc biệt ngon lắm. Người Việt Nam hay bày ra ăn uống vào các ngày hội hè.

PHI YẾN: Này, cậu mà trêu tớ, thì tớ không mời cậu ăn bánh chưng ngày Tết đâu. Mình nghĩ chắc là cậu sẽ thích bánh chưng.

ANGELA: Mình thích một số món ăn Việt Nam, nhưng không phải tất cả. Nhưng chắc là mình sẽ thích bánh chưng cậu gói.

ANGELA: *Phi Yen, I want to ask you, what is Tet?*

PHI YEN: *Tet means festival. It is the Vietnamese new year.*

ANGELA: *Why isn't it called new year, rather than Tet?*

PHI YEN: *It is called new year and Tet as well.*

ANGELA: *Why it is so complicated?*

PHI YEN: *It is not complicated because Tet is the Vietnamese new year according to the lunar calendar. This is different from the solar calendar which is used by western countries.*

ANGELA: *So Tet is a traditional Vietnamese festival. Is that right? I want to know about Vietnamese customs and habits.*

PHI YEN: *Yes, that's right. Tet is the most important and most popular traditional festival of the Vietnamese people. The word Tet comes from the Chinese character meaning a holiday after a long year of hard work.*

ANGELA: *In which month does the Vietnamese Tet usually fall?*

PHI YEN: *It is usually in February.*
ANGELA: *I expect people eat some special food then. The Vietnamese use every opportunity to have a meal.*
PHI YEN: *Now, if you tease me like that, I will not invite you to eat the* **banh chưng** *of the Tet. I think you will like it.*
ANGELA: *I like some Vietnamese food but not all. But I am sure I will like* **banh chưng** *if you make it.*

Vocabulary

Tết	Vietnamese new year, festival	**chữ Trung Quốc**	Chinese character
nghĩa	mean, meaning	**nghỉ ngơi**	relax, rest, holiday
nghĩa là	it means that	**ngày nghỉ**	day off, relaxing day, holiday
giảng nghĩa	to explain		
hội, hội hè	festival	**làm ăn vất vả**	work hard
rắc rối	to be complicated, confused	**truyền thống**	tradition, traditional
		nhân dân	people, nation
âm lịch	lunar calendar	**dân tộc**	people, nation
khác	different, other	**yêu dấu**	popular (cherished)
năm mới	new year	**nguyên đán**	early morning of new year
dương lịch	solar calendar		
đơn thuần	pure, unmixed, simply	**buổi sáng tinh sương**	beginning of the early morning
gọi	to call, name		
phong tục	custom	**trêu**	to tease
phong tục tập quán	custom and habit	**bánh chưng**	cake made with glutinous rice
chữ	word		

Language points

Vừa . . . vừa *('both . . . and')*

Anh ấy *vừa* làm *vừa* học.   He works *and* studies at the same time.

Cô ấy *vừa* biết nói tiếng Pháp She can speak French and German.
vừà biết nói tiếng Đức.

Notice the position of **vừa** in the sentence.

Mà *meaning 'but'*

Mà acts as conjunction of contradiction with the meaning of 'but' in English ('surprisingly, contrary to expectation') as in:

Bài số mười dài *mà* dễ.   Lesson 10 is long *but* easy.

Mà *meaning 'in order to, so or because'*

Mà can also connect two verbs or verb phrases indicating result or purpose. For example:

Cô ra chợ *mà* mua hoa.	You go to the market *to* buy flowers.
Vì tôi bận quá *mà* không đi được với anh.	Because I am (*lit.* as a result of my being) very busy I cannot go with you.

In the above sentence we can use **nên** to replace **mà**.

Mà *used to emphasize what you have said*

Mà can also be used as a final particle to emphasize what the speaker has said. There is no easy translation for this meaning but you will probably learn to deduce it from the context. Here are some examples:

Tôi chỉ muốn đến thăm anh thôi *mà*.	I only want to come to see you. (nothing else)
Tôi không biết cô ấy *mà*.	I do not know her. (It's true, as I told you before)

Conditional sentences

Mà combines with **nếu** to mean 'if':

Nếu **anh không đi thì tôi cũng không đi.** or *Nếu mà* **anh không đi thì tôi cũng không đi.**	*If* you are not going then I am not going either.

Nếu mà suggests a slightly more hypothetical condition than **nếu** on its own.

Unreal conditionals

Mà also occurs as a subordinating conjunction with the meaning 'if' ('contrary to the present situation or in the unlikely event that'). The construction is . . . **mà** . . . **thì**, 'if . . . then', as in:

> **Anh *mà* làm bác sĩ ở Mỹ *thì* giầu.**
> *If* you worked as a doctor in the USA you would be rich.
>
> **Cô *mà* về Việt Nam *thì* bố mẹ cô vui lắm.**
> *If* you went back to Vietnam your parents would be very happy.

Mà can also be used with relative pronouns ('which', 'who', 'whom', 'where' . . .) to give more emphasis. For example:

> **Cô ấy là người *mà* tôi đã nói với anh.**
> She is the person (*whom*) I told you about.
>
> **Đó là thành phố *mà* tôi đã sống những năm âu thơ.**
> That is the city *where* I spent my childhood.

Expressing likes and dislikes

thích	to like	**không thích**	to dislike

> **Mình *thích* món ăn Việt Nam.** I *like* Vietnamese food.
> **Mình *không* thích nói nhiều.** I *don't like* talking too much.
> **Mình *thích* làm việc ở Mỹ.** I *like* working in the USA.
> **Mình *không* thích nói dối.** I *do not like* to tell a lie.

Exercise 1

Translate into English:

1 Mình muốn biết về phong tục tập quán của Việt Nam mà.
2 Tôi chỉ muốn đến thăm anh thôi mà.
3 Tôi không biết cô ấy mà.
4 Anh chỉ biết nói mà không biết làm.
5 Tôi muốn đi với anh, nhưng mà tôi bận quá.
6 Anh ra thư viện mà mượn sách.
7 Cô ấy nhớ nhà mà ốm.

Exercise 2

Choose pairs from these phrases and join them with **vừa** . . . **vừa** to show that the two things are simultaneous.

1 Anh ấy muốn làm bác sĩ.
2 Anh ấy muốn học âm nhạc.
3 Anh ấy muốn đi chơi châu Âu.
4 Anh ấy muốn kiếm được nhiều tiền.
5 Anh ấy làm ở cửa hàng.
6 Anh ấy dạy văn học.
7 Anh ấy học tiếng Pháp.
8 Anh ấy làm ở hiệu ăn.

Exercise 3

Translate the following into Vietnamese using **vừa** . . . **vừa**.

1 He works and studies at the same time.
2 He can speak French and German.
3 She is both beautiful and nice.
4 I work both for the Foreign Ministry and for the university.
5 She is happy and sad at the same time.

Exercise 4

Change the statements into questions. For example:

Tôi thích hội hè.   I like festivals.
Anh có thích hội hè không?   Do you like festivals?

1 Tôi thích học tiếng Việt Nam.
2 Tôi thích nghỉ ngơi.
3 Cô ấy thích vui chơi giải trí.
4 Anh tôi làm ăn vất vả lắm.
5 Tết là ngày hội truyền thống của nhân dân Việt Nam.

Exercise 5

Choose pairs from these phrases and connect them using **mà** ('but'):

1 Anh ấy giàu   anh ấy thi trượt
2 Anh ấy thông minh   cha mẹ anh ấy không vui
3 Anh ấy có việc làm mới   anh ấy vẫn ở với bố mẹ
4 Anh ấy lấy vợ   anh ấy buồn
5 Anh ấy rời nhà sớm   anh ấy đến trễ

Exercise 6

Complete these sentences using **mà** ('in order to'):

1 Anh đến khách sạn . . .
2 Cô đến thư viện . . .
3 Anh đi chợ . . .
4 Cô ấy ra hiệu sách . . .
5 Các anh đi ra nhà ga . . .
6 Ông đi ra sân bay . . .

Exercise 7

What is the meaning of **mà** in these contexts?

1 Tôi mà giầu thì tôi sẽ mua nhà đẹp.
2 Anh đi nhà băng mà lấy tiền.
3 Cô ấy là người mà ai cũng biết.
4 Tôi muốn đi mà không đi được.
5 Tôi chỉ muốn giúp anh thôi mà.

Exercise 8: making a deal

Decide which of these you want your friend to do for you and which you will do for him or her. Then say what you propose. For example:

> **Nếu mà anh rửa bát, thì tôi**   If you do the washing up I'll lend you
> **sẽ cho anh vay 50,000 đồng.**   50.000 dong.

1 rửa bát (chén)
2 quét nhà (dọn dẹp nhà cửa)
3 lau xe
4 cho vay tiền
5 cho mượn sách
6 cho mượn băng ghi âm
7 đưa ra sân bay
8 mời ăn hiệu

Notice that the verbs 'to clean' and 'to lend' have different translations depending on the context. For example:

quét nhà	to sweep the floors of the house
dọn dẹp nhà cửa	to tidy up the house
quét dọn nhà cửa	to tidy up the house
lau xe	to clean the car (*lit.* wipe the car)

rửa xe	to clean the car (*lit.* wash the car)
cho vay, cho mượn	to lend
vay, mượn	to borrow

Exercise 9

Your friend is always getting into trouble and is unlikely to change. Say how she would be different by doing these things:

1	**cai thuốc**	to give up smoking
2	**cai rượu**	to give up alcohol
3	**có việc làm**	to have a job
4	**để dành tiền**	to save the money
5	**đi nghỉ phép**	to go on holiday
6	**làm chăm hơn**	to work harder

Phong tục Việt Nam 🔊

Angela and Phi Yen continue their conversation about Vietnamese customs and decide to go to the flower market

ANGELA: Bánh chưng là bánh gì? Có ngon không?

PHI YẾN: Bánh chưng là bánh làm bằng gạo nếp có nhân thịt, đỗ và hành mỡ. Đó là thứ bánh rất ngon, dùng vào dịp Tết.

ANGELA: Vậy bao giờ cậu mời tớ ăn bánh chưng?

PHI YẾN: Sáng mồng một Tết cậu đến xông nhà, tớ sẽ mời cậu ăn bánh chưng và uống rượu tất niên.

ANGELA: Tớ mà xông nhà, chắc là cậu sẽ học dốt.

PHI YẾN: May rủi cả năm là trông vào người xông nhà. Cậu thông minh, lanh lợi và tốt bụng là thế, sẽ mang cái may mắn tốt lành cho cả nhà tớ.

ANGELA: Này, có phải hôm nay có chợ hoa ngày Tết không?

PHI YẾN: Phải rồi, chắc có nhiều hoa đẹp lắm.

ANGELA: Vậy thì chúng ta đi đi.

Hai cô đi chợ hoa.

PHI YẾN: Đây là chợ hoa Đồng Xuân, chợ hoa lớn nhất Hà Nội.

ANGELA: Trời ơi, đẹp ơi là đẹp!

PHI YẾN: Thế có biết đây là hoa gì không?

ANGELA: Đây là hoa đào. Nhà nào cũng mua để bày ngày Tết. Mình thích lắm. Mình muốn mua.

PHI YẾN: Hãy thư thả, cứ từ từ. Xem suốt lượt đã, rồi hãy mua.

ANGELA: Phải rồi. Cậu nói đúng. Cứ như mình, thì muốn mua cả chợ
            hoa.

ANGELA: *What is the **bánh chưng**? Is it nice?*
PHI YEN: ***Bánh chưng** is a cake made with glutinous rice, meat and
            spring onion. It is a delicious cake which we eat for the Tet.*
ANGELA: *So when will you invite me to eat **bánh chưng**?*
PHI YEN: *In the morning of the first day of Tet, you must come to my
            house as the first visitor. I will invite you to eat **bánh chưng**
            and drink the Tet wine.*
ANGELA: *If I am the first of your visitors you will probably be not good
            at studying.*
PHI YEN: *If the first visitor is clever and nice the whole year will be
            lucky. If the first visitor is not, then the whole year will be
            unlucky. Since you are so nice you will bring happiness to my
            whole family.*
ANGELA: *Hey, is the flower market for the Tet festival today?*
PHI YEN: *Yes, that's right. Maybe there will be a lot of beautiful flow-
            ers.*
ANGELA: *So, let's go, shall we!*

The two girls go to the flower market.

PHI YEN: *This is Dong Xuan flower market, the biggest flower market in
            Hanoi.*
ANGELA: *Good heavens! It is very beautiful!*
PHI YEN: *But do you know the name of this flower?*
ANGELA: *It is a peach flower. Every family buys them for Tet. I like
            them very much. I want to buy some.*
PHI YEN: *There's no hurry – take it easy. Look at everything before you
            buy.*
ANGELA: *Yes, you are right. But I would like to buy all the flowers in the
            market!*

Vocabulary

khéo	skilful, clever, keen	**thấy**	to see, feel
gạo nếp	glutinous rice	**xông nhà**	to come as the first
thịt	meat		visitor in the morning
hành	onion		of the first day of Tet
dịp	chance, opportunity,	**tất niên**	new year
	occasion	**may**	lucky

rủi	unlucky, misfortune	**giỏi**	very good, very well,
trông	to look at, see, depend		excellent
tốt bụng	kind, nice	**thư thả, cứ**	no hurry, take it easy,
bụng	stomach	**từ từ**	take it slowly
may mắn	lucky	**xem suốt lượt**	to look at everything
tốt lành	good fortune, happiness	**suốt**	through
hoa	flower	**lượt**	turn, time
trời ơi	goodness, good heavens	**có lẽ**	perhaps, maybe
hoa đào	peach flower		

Language points

Imperatives

Đi is used as a final particle in imperative sentences with the meanings: 'go ahead and, be sure to, let's', etc. depending on the context. Again, it is difficult to give a straightforward translation into English but you will be able to see the meaning from the context. Often it corresponds to the first person imperative 'let's'. For example:

Chúng ta đi *đi*.	*Let's* go, shall we.
Anh phải đi học *đi*.	You *should* go to study.
Đi làm *đi*.	*Let's* go to work.

Exclamations

Đẹp ơi là đẹp!	It is so beautiful!
Xấu ơi là xấu!	It is so ugly!
To ơi là to!	It is so big!

Exercise 10

dạy rằng	advise that	**nhà nước**	state
đức phật	buddha	**rừng**	forest
chủ tịch	chairman	**tổng thống**	president

Translate the following into English.

1 Chúng ta đi đi.
2 Chúng ta đi học đi.
3 Chúng tôi vừa làm vừa học.
4 Ông ấy thì giầu, lão kia thì nghèo.

5 Đức Phật dạy rằng: phải sống làm sao cho tốt.
6 Tổng thống Mỹ chưa bao giờ gặp chủ tịch nhà nước Việt Nam.
7 Hôm nay trời đẹp quá.

Note: in present-day Vietnam the term **tổng thống** is used only for the post of president in the west. The head of state in Vietnam is **chủ tịch nước**, the chairman of the state.

Exercise 11

Choose two suitable pairs to build up your own sentences.

1 Cậu thì khéo mồm lắm	cái gì cũng biết làm
2 Cậu thì khéo tay lắm	ai cũng thích cậu
3 Anh giỏi thế	ai mà chẳng yêu
4 Cô ấy đẹp và ngoan thế	làm gì mà chẳng giàu
5 Cô thông minh lanh lợi thế	sẽ mang cái tốt lành may mắn cho cả nhà

Exercise 12

Translate into English:

1 Cậu thì khéo mồm lắm, ai mà chẳng thích.
2 Cậu thì khéo tay lắm, cái gì cũng biết làm.
3 Cậu thông minh tốt bụng, lanh lợi là thế, sẽ mang cái may mắn, tốt lành cho cả nhà tớ.
4 Anh ấy giỏi thế, làm gì mà chả giàu.
5 Cô ấy đẹp và ngoan thế, ai mà chả yêu.

Exercise 13

thi đỗ, đậu   pass exams

Translate the following into Vietnamese.

1 The way you talk is so wonderful that everyone likes you.
2 She sings so beautifully that everyone wants to listen to her.
3 You are so clever that you will certainly pass the exams.
4 He is so intelligent he will certainly be rich.
5 She is both beautiful and nice so everyone loves her.

Exercise 14

Translate the following into Vietnamese.

Today there is the flower market for the Tet festival. Angela asked Phi Yen if they could go there together. They were hoping to see a lot of flowers. The two girls went to the flower market which is located at the Dong Xuan market, the biggest market in Hanoi. Angela likes flowers very much. Angela knew the names of some of the flowers. Phi Yen is not good at this subject. Angela wanted to buy all the flowers in the market but she did not have enough money.

Exercise 15

Answer these questions about the lesson:

1 Tết là gì?
2 Tết Việt Nam theo dương lịch hay âm lịch?
3 Anh có biết gì về phong tục, tập quán cuả Việt Nam không?
4 Tết theo chữ Trung Quốc nghĩa là gì?
5 Tết là ngày hội truyền thống cuả nhân dân Việt Nam phải không?
6 Sao gọi là Tết nguyên đán?
7 Tết Việt Nam thường vào tháng mấy dương lịch?

Tết với người Việt Nam ở nước ngoài 🔲

The overseas Vietnamese and Tet

Người Việt Nam ở nước ngoài rất nhớ quê hương, đất nước. Họ càng nhớ nhà, nhớ quê vào dịp Tết. Vào dịp Tết họ tổ chức gặp nhau, để cùng nhau chúc mừng năm mới. Họ cũng gói bánh chưng, cúng tổ tiên, múa rồng và đốt pháo. Tết là ngày hội truyền thống quan trọng nhất và vui nhất cuả người Việt Nam. Vì vậy người Việt Nam ở nước ngoài thường về thăm nhà vào dịp Tết. Ở Việt Nam toàn dân được nghỉ một tuần để ăn Tết. Ai đi làm ăn ở đâu xa, cũng cố gắng về nhà, để cùng vui Tết với gia đình. Nên người Việt Nam có câu ca:

Dù ai buôn đâu bán đâu,
Hễ ngày Tết đến rủ nhau mà về.

Vocabulary

tổ chức	organize	**múa rồng**	dragon dance
chúc mừng	to greet, congratulate	**tổ quốc**	fatherland
cúng tổ tiên	to worship ancestors	**tham dự**	to attend
đốt pháo	to let off fire crackers		

Exercise 16

Answer these questions on the comprehension passage:

1 Nếu bạn ở xa tổ quốc, bạn có nhớ quê hương đất nước không?
2 Nhân dân nước bạn ăn Tết như thế nào?
3 Bạn đã tham dự Tết Việt Nam bao giờ chưa?
4 Bạn được nghỉ Tết mấy ngày?
5 Tết có vui không?
6 Bạn làm gì trong những ngày nghỉ Tết?

Culture note

Táo quân are Gods of the Hearth. The God receives offerings of fresh fruit, cooked food, paper models of a stork, a horse, a car, a pair of mandarin boots and a ceremonial dress. The **Táo quân** figure does not, however, wear trousers. The Vietnamese believe that the **Táo quân** burnt their trousers by staying too close to the kitchen, and so they do not want to wear trousers.

   Xông nhà is also an old Vietnamese custom. People believe that if on the first day of the new year the first person to come to the house to say 'happy new year' to the family is lucky, then the whole year will be lucky.

16 Nói chuyện làm ăn buôn bán

Talking business

By the end of this lesson you should be able to:

- ask someone for their opinion and express your own
- express purpose
- use the equivalent of 'not only . . . but also'
- ask for confirmation
- use some more expressions of time (e.g. 'sometimes, when, then')
- use the equivalent of 'furthermore'
- use constructions with **bất cứ** ('any')
- make requests
- use some constructions without linking words
- ask how or what

Đi làm ăn buôn bán 🔘

John Harrison, who has been working in Vietnam for six months, is chatting to one of his Vietnamese friends who is a businessman. His friend, Mr Thanh, has told him he is not very happy in his work

THANH:	Trước đây khi còn đi học, tôi mơ ước trở thành nhà văn.
HARRISON:	Còn bây giờ thì sao?
THANH:	Bây giờ ở Việt Nam buôn bán là tốt nhất.
HARRISON:	Vậy làm nhà văn không tốt hay sao?
THANH:	Người ta bận làm ăn hơn là đọc sách.
HARRISON:	Nhưng không phải ai cũng có tiền mà buôn bán.
THANH:	Anh nói đúng. Không phải chỉ có tiền, có vốn, mà còn phải có tài kinh doanh nữa.
HARRISON:	Kinh doanh buôn bán ở các nước phương tây đang gặp khó khăn, vì nền kinh tế đang suy thoái. Vậy còn Việt Nam thì sao?
THANH:	Kinh tế Việt Nam còn tệ hơn thế nữa, đang khủng hoảng nặng.
HARRISON:	Vậy thì đi buôn bán làm gì, thà rằng chọn nghề nào lương cao mà làm, như thế có chắc chắn hơn không.
THANH:	Hiện nay thất nghiệp hàng đống, khó mà kiếm được việc làm.
HARRISON:	Vậy thì phải làm sao.
THANH:	Tục ngữ Việt Nam có câu: 'Trời sinh voi, trời sinh cỏ.'
HARRISON:	Anh thật là khó hiểu. Lúc thì có vẻ như bi quan, lúc thì lại như lạc quan.
THANH:	Trời có lúc nắng, lúc mưa, con người ta cũng có lúc vui, lúc buồn.
HARRISON:	Tôi xin chịu cái triết lý của anh rồi. Nhưng bây giờ tôi muốn hỏi anh. Anh muốn làm gì nào?
THANH:	Nghề nào nhiều tiền thì làm.

THANH:	*Before, when I was still a student, I dreamed of becoming a writer.*
HARRISON:	*What about now?*
THANH:	*Now in Vietnam it is best to be in business.*
HARRISON:	*So is it no good to be a writer?*
THANH:	*People are busy working for a living rather than reading books.*
HARRISON:	*But not everyone can have enough money to be in business.*
THANH:	*You are right. It is not only money that you need but also ability to be in business.*
HARRISON:	*Business in western countries is in difficulty now, because of the recession. What about Vietnam?*

THANH: *The economy of Vietnam is even worse. It is in serious crisis.*
HARRISON: *If that is so, it is not worth doing business, it is better to choose a job with a high salary. That is more secure, isn't it?*
THANH: *There are so many unemployed it is difficult to get a job these days.*
HARRISON: *So what can people do?*
THANH: *There is a Vietnamese saying that: 'God created the elephants, he also created grass.'*
HARRISON: *It is hard to understand you. Sometimes you are pessimistic, sometimes optimistic.*
THANH: *Sometimes it is raining, sometimes it is sunny.*
HARRISON: *OK, I accept your philosophy, but now I would like to ask you, what do you want to do?*
THANH: *Any job with good money will do.*

Vocabulary

kinh tế	economy, economics, economic	**cao**	high, tall
		thấp	short, low
nghề nghiệp	occupation, profession	**chắc chắn**	to be sure, secure
trước đây, khi	before, when	**đủ**	enough, sufficient, adequate
mơ ước	to dream, hope		
trở thành	to become, to be	**hơn nữa**	besides, furthermore
nhà văn	writer	**thất nghiệp**	unemployed, jobless
vốn	capital, money	**hàng đống**	a lot, too many
tài	ability, capacity, capable	**kiếm**	to look for, search, earn
nền	(classifier for economy, industry, etc.)	**huống chi**	more or less
		chả lẽ, chẳng lẽ	really, possible, impossible
suy thoái	recession		
tệ hơn, kém hơn	worse	**sinh, sáng tạo**	to create
		voi	elephant
tồi tệ	very bad	**cỏ**	grass
khủng hoảng	crisis	**lúc thì**	sometimes
nặng	heavy, serious	**bi quan**	pessimistic
thà rằng	better, rather	**lạc quan**	optimistic
lương	salary, wages		

Language points

*Expressing purpose (*mà*)*

You have already learnt some of the uses of **mà**. In this lesson you will encounter two more uses of it.

Không phải ai cũng có tiền mà buôn bán.	Not everyone can have (enough) money *to* be in business.

In this case **mà** is used between two verbs and has the meaning of 'in order to'.

Thà rằng chọn nghề lương cao mà làm.	It is better to choose a job with a high salary (to do).

Không phải chỉ . . . mà còn . . . *('not only . . . but also . . .')*

Mà can also be used as a conjunction as part of the construction **không . . . mà**:

Không phải chỉ có tiền, có vốn, *mà còn* phải có tài kinh doanh nữa.	You need not only money *but also* ability to be in business.

Asking for confirmation

You have already learnt the use of . . . **có** . . . **không**? to ask questions.

Hôm nay anh *có* đi làm *không*?	*Are you* going to work today?
***Có* phải anh là anh Harrison *không*?**	*Are you* Mr Harrison?

The same construction can be used to ask someone to confirm what you have said, rather like we use 'isn't it?'.

Thà rằng chọn nghề lương cao mà làm. Như thế *có* chắc chắn hơn *không*?	It is better to choose a job with a high salary. It is more secure, *isn't it*?

Just as in English, you are asking the hearer to confirm your view of things, rather than answer a question.

Expressions of time

Lúc thì . . . lúc thì . . . *('sometimes . . . sometimes . . .')*

Cô ấy *lúc thì* buồn, *lúc thì* vui. She is *sometimes* sad, *sometimes* happy.

***Lúc thì* anh có vẻ như bi quan,** *Sometimes* you are pessimistic
lúc thì lại lạc quan. *sometimes* optimistic.

Lúc, khi, lúc khi *('when, at that moment, at that time')*

***Lúc* tôi đến trường là lúc** At the time *when* I was going to
trời đang mưa to. school, it was raining heavily.

***Khi* tôi đi làm thì trời nắng,** *When* I went to work it was sunny,
***khi* về thì trời mưa.** *when* I came home from work it was raining.

Lúc này, khi này *('at the moment, at this time')*

Lúc này tôi đang bận. I am busy at the moment.

Lúc trước, khi trước *('before, previously')*

***Khi trước* tôi không biết** *Before*, I did not know who you were.
anh là ai.
Bây giờ tôi biết anh là nhà Now I know you are a nice millionaire.
triệu phú tốt bụng.

The conjunction hơn nữa *('furthermore, besides')*

Tôi không có tài đi buôn, *hơn* I have no ability to be in business,
***nữa* cũng làm gì có tiền.** *besides* I have no money.
Anh là người thông minh, You are intelligent, *besides* you have
***hơn nữa* lại có bằng đại** a degree, so you will certainly get a
học, thì làm gì chả kiếm job.
được việc làm.

Exercise 1

thương gia businessman

Translate these sentences into English, then change the second part of each sentence following the example:

Trước đây khi còn đi học, tôi mơ ước trở thành nhà văn.	When I was still a student, I dreamed of becoming a writer.

New sentence:

Trước đây khi còn đi học, tôi mơ ước làm thương gia.	When I was still a student, I dreamed of becoming a business-man.

1 Trước đây khi còn ở Việt Nam, tôi là giáo sư văn học.
2 Trước đây tôi đã học tiếng Pháp, bây giờ tôi học tiếng Anh.
3 Trước đây làm viên chức là tốt nhất, bây giờ ở Việt Nam buôn bán là tốt nhất.
4 Trước đây nhiều người học tiếng Nga, bây giờ ở Việt Nam nhiều người học tiếng Anh. (**Nga** – 'Russian, Russia')
5 Trước đây người ta thích đọc sách, bây giờ người ta bận làm ăn hơn là đọc sách.

Exercise 2

hiếm, hiếm có	rare

Complete the sentences with your own words:

1 Người ta bận làm ăn hơn là . . .
2 Xã hội Việt Nam ngày nay hiếm có . . .
3 Ở các nước phương tây hiếm có . . .
4 Buôn bán là tốt nhất, nhưng không phải . . .
5 Nói được tiếng Việt giỏi là tốt, nhưng . . .
6 Có tiền là tốt, nhưng . . .
7 Tiền là quan trọng nhất, nhưng không phải là . . .

Exercise 3

Use **để** with the meaning of 'in order to' to answer the questions. For example:

Anh cần những gì để đi buôn? Để đi buôn thì cần phải có tiền, có vốn và còn cần có tài năng nữa.

Anh cần có những gì để trở thành thương gia? bác sĩ? nhà văn? đi Mỹ? làm giầu?

What do you need to be a businessman, become a doctor/writer, go to the USA, become rich?

Exercise 4

Use the ideas provided to answer the same questions. Your answer should include **mà** ('not only . . . but also'). For example:

> **Đi buôn, không những cần tiền, mà còn phải có tài kinh doanh nữa.**

tiền, gặp may, việc làm tốt, nhiều thì giờ, thông minh

Exercise 5

hứng thú	interesting
bằng cấp	qualification
cán bộ	cadre, official
phiên dịch	interpreter, translator

Translate the questions into English, then answer in Vietnamese.

1 Anh mơ ước làm gì?
2 Bây giờ ở Việt Nam làm gì là tốt nhất?
3 Vì sao xã hội Việt Nam ngày nay hiếm có người có hứng thú đọc sách?
4 Ai có thể buôn bán ở Việt Nam được?
5 Kinh doanh buôn bán ở đâu gặp khó khăn?
6 Kinh tế Việt Nam hiện nay ra sao?
7 Làm nghề gì thì chắc chắn hơn?

Vocabulary notes

Thật là

Thật là is an adverb with the meaning of 'really' or 'very':

Cô ấy *thật là* đẹp.	She is *really* beautiful.
Anh ấy *thật là* thông minh.	He is *really* intelligent.

We also use **thật** as a short form of **thật là**.

Tôi *thật* không tin vào mắt mình.	I *really* don't believe my own eyes.
Xin lỗi, tôi *thật* không nhớ anh là ai.	I am sorry, I *really* don't remember who you are.

Bàn luận về hướng tương lai 🔲

Harrison and his friend Mr Thanh discuss the economic future of Vietnam

HARRISON: Nhiều công ty nước ngoài đầu tư vào Việt Nam buôn bán. Đó chẳng phải cơ hội tốt cho anh đó sao.

THANH: Cũng có thể.

HARRISON: Anh nghĩ như thế nào về việc đầu tư của nước ngoài? Có gì tốt cho nước anh không?

THANH: Nhất định là tốt rồi. Nước Úc đã giúp Việt Nam về hệ thống viễn thông, nên người Việt Nam bây giờ có thể gọi điện thoại trực tiếp đến thân nhân ở nước ngoài.

HARRISON: Các cơ quan nhà nước và công ty tư nhân Việt Nam hiện nay đều dùng máy điện tử của Nhật phải không?

THANH: Tôi nghĩ rằng chẳng cứ gì ở Việt Nam, mà cả thế giới đều ưng dùng computer của Nhật.

HARRISON: Theo ý anh, tương lai của Việt Nam sẽ ra sao?

THANH: Tôi biết làm sao được. Tôi chỉ mong ước đất nước tôi sẽ chóng hồi sinh, sẽ không còn người thất nghiệp, không còn gái mãi dâm, kẻ buôn lậu, người Việt Nam sẽ cùng nhau xây dựng một nước Việt Nam giầu đẹp.

HARRISON: Tôi cũng mong ước như anh. Tôi mong sao trên thế giới này không còn nước nào nghèo, không còn có chiến tranh.

HARRISON: *A lot of foreign companies have investments in Vietnam (to do business). So this is a good opportunity for you, isn't it?*

THANH: *Maybe.*

HARRISON: *What do you think of foreign investment in Vietnam? Is it good for the country?*

THANH: *I think that some good will certainly come from it. Australia has already helped Vietnam to set up a telecommunications system. So now Vietnamese people can phone directly to their relatives abroad.*

HARRISON: *Government bodies and private companies all use Japanese computers, don't they?*

THANH: *I think that it is not only Vietnam but the whole world that likes to use Japanese computers.*

HARRISON: *In your opinion what will the future of Vietnam be like?*

THANH: *How can I know? I only hope that our country will quickly recover. I hope, too, that there will be no more unemployed, no more prostitutes or smugglers. I hope people will work together to make Vietnam rich and beautiful.*

HARRISON: *My dream is the same as yours. I hope that there will be no more poor countries and no more war.*

Vocabulary

phương tây	the west, western	**tư nhân**	private
các nước	the western countries	**chẳng cứ gì**	not only
phương tây		**thế giới**	the world
máy điện tử	computer	**ưng**	to like, be fond of
vô tuyến truyền	telecommunications	**chóng, nhanh,**	fast, quick
thông		**mau**	
hệ thống	system	**hồi phục**	to recover
trực tiếp	directly	**hồi sinh**	to recover, survive
thân nhân	relatives	**gái mãi dâm,**	prostitutes
như trước	as before, previously	**gái điếm, đĩ**	
cơ quan	office, body, organ, organization		

Language points

Asking for someone's opinion

Theo ý anh, bao giờ Mỹ bỏ cấm vận? — *In your opinion, when will the USA stop the embargo?*

Theo anh thì sao? — What about you? (What is your opinion?)

Anh nghĩ thế nào? Anh nghĩ sao? — What do you think?

Expressing your opinion

theo tôi thì . . . — in my opinion . . .

tôi nghĩ là . . . — I think that . . .

Theo ý tôi thì Mỹ sẽ bỏ cấm vận, nhưng chưa biết bao giờ. — *In my opinion* the USA will stop the embargo, but we do not know when.

More requests

There are a number of constructions in which verbs are joined together without any linking words. There are a number of expressions like this that can be used to make a request, for example:

Anh kể tôi nghe.	Please tell me. (*lit.* you tell, say, I listen)
Anh nói tôi nghe.	Please tell me. (*lit.* you say, I listen)
Anh làm tôi xem.	Please show me how you do it. (*lit.* you do, I see)
Anh nghĩ thử xem	Please try to think about it. (*lit.* please try to think to see)
Anh nghĩ kỹ xem. (or **xem sao**)	Please think it over. (*lit.* please think carefully to see)

Sao ('why, how, what')

You have already learnt the use of **sao** as an interrogative pronoun as in:

Sao **anh lại không thích làm cán bộ nhà nước?**	Why *would you* not like to work as a civil servant?
Còn cô Anna, *sao* **cô có khỏe không?**	How about you, Anna, *are you* well?

In this lesson we see **sao** used in a different way as in:

Đó chẳng phải cơ hội tốt cho anh đó *sao.*	So it is a good opportunity for you, *isn't it?*
Tương lai của Việt Nam sẽ ra *sao.*	*What* will the future of Vietnam be like?

In these sentences the speaker does not require an immediate answer. In some cases the speaker is expressing his or her own opinion (this is roughly equivalent to the English 'isn't it?' or 'surely'). In the second example it is more like a rhetorical question. Another example:

Anh có tiền thì tôi cũng có tiền *chứ sao.*	You have money and I have money too. (*of course*)

Chứ sao is not a question but a final particle meaning 'of course'.

Bất cứ ('any')

bất cứ **nơi nào**	*any*where
bất cứ **ai,** *bất cứ* **người nào**	*any*one, *any*body

bất cứ cái gì	*any*thing
Tôi không thích bất cứ ai. *or*	*I do not like anyone.*
Tôi không thích ai cả.	
Tôi không thích bất cứ cái gì. *or*	*I like nothing or I do not like*
Cái gì tôi cũng không thích.	*anything.*

Expressions without linking words

You have already seen some requests in which verbs were put together without words to link them. Here are some more examples:

Nghe anh nói cũng thấy vui lên.	Listening to you makes me feel happier (*lit.* listen you say also feel happier)
Nghe anh nói cũng thấy ngon rồi.	You make it sound delicious.
Thấy họ vui mình cũng vui lây.	When I see them happy I feel happy too.
Thấy họ buồn mình cũng thấy buồn.	When I see them sad I feel sad too.

Như thế nào *('how, what, in what way', etc.)*

Anh nghĩ *như thế nào* về việc đầu tư của nước ngoài?	*What* do you think *about* foreign investment?
Tôi muốn xem anh làm *như thế nào*.	I'd like to see *how* you do it.
Anh nói *như thế nào*?	*What* did you say?
Anh nói thế là *như thế nào*? *or* **Anh nói thế là làm sao?**	*How* (in what way) do you say that?
Tôi không hiểu *như thế* là thế *nào*. *or* **Tôi không hiểu như thế là làm sao.**	I don't understand *what* is going on.

More questions for confirmation

Đó chẳng phải là . . . *đó sao?*	*It is* . . . *isn't it?*
Đó chẳng phải là cơ hội tốt cho anh *đó sao.*	*It is* a good opportunity for you, *isn't it?*
Cô ấy chẳng phải là người vợ tốt của anh *đó sao.*	*She is* a good wife for you, *isn't she?*
Anh ấy chẳng phải là con người rất thông minh *đó sao.*	*He is* very intelligent, *isn't he?*

Exercise 6

You are in a bad mood and don't feel like doing anything your friend suggests. Answer her questions using **bất cứ** . . .

1 Anh muốn ăn gì?
2 Anh muốn uống gì?
3 Anh muốn đi đâu?
4 Anh muốn nói với ai?
5 Anh muốn gặp ai?
6 Chúng ta đi đâu?

Exercise 7

Now you are feeling very indecisive and can't make up your mind what to suggest to your friend. Answer the same questions using **bất cứ** again.

Exercise 8

Give your opinion on the following, using **sao** or **chứ sao**:

1 where your friend should study English
2 what job she should get
3 what other subject she should study
4 how much money she needs a month
5 where she should stay
6 how she should travel to university

Exercise 9

Translate into English:

1 Sao anh không thích làm cán bộ nhà nước?
2 Làm cán bộ nhà nước cũng tốt chứ sao.
3 Còn hành lý cuả chúng tôi thì sao?
4 Ông đã cho mang về khách sạn chưa đấy?
5 Tương lai của Việt Nam thì sao ư?
6 Sao ông lại hỏi tôi, ông nên hỏi chính phủ Việt Nam.

Exercise 10

Complete the sentences.

1 Bất cứ nơi nào cũng có . . .

2 Bất cứ ai cũng thích . . .
3 Không ai thích . . .
4 Ai cũng muốn . . .
5 Cái gì tôi cũng . . .

Exercise 11

phát triển   develop   **yếu tố**   factor

Answer the questions in Vietnamese:

1 Anh có làm phiên dịch được không?
2 Anh có đi buôn được không? Vì sao được? Vì sao không?
3 Công ty nước ngoài vào Việt Nam để làm gì?
4 Những nước nào đầu tư vào Việt Nam nhiều nhất?
5 Anh nghĩ như thế nào về việc đầu tư cuả nước ngoài?
6 Nước úc đã giúp Việt Nam những gì?
7 Anh có nghĩ rằng; kinh tế Việt Nam sẽ chóng phục hồi và phát triển không?

Exercise 12

tùy thuộc   depend on   **nhà nước**   state, government

Answer the questions:

1 Anh nghĩ như thế nào về đầu tư cuả nước ngoài vào Việt Nam?
2 Anh nghĩ sao về việc làm ở Bộ Ngoại Giao Anh?
3 Anh nói như thế là thế nào, tôi chẳng hiểu gì cả?
4 Tương lai Việt Nam còn tùy thuộc vào ai?
5 Tương lai của ai túy thuộc vào kinh tế nhà nước?

Exercise 13

Fill in the missing words to complete the sentences:

1 Chẳng cứ gì ở Việt Nam, mà . . .
2 Cái đó còn tuỳ thuộc vào . . .
3 Nhiều công ty nước ngoài đầu tư . . .
4 Các công ty Mỹ . . . chính phủ Mỹ . . .
5 Tôi nghĩ rằng . . . quan tâm nhiều đến . . .
6 Nước Úc đã giúp Việt Nam . . .
7 Tôi mong ước . . .

Exercise 14

kinh tế	economy,	**phát triển**	develop
	economics, economic	**tư bản**	capitalist

Match the Vietnamese words on the left with their English equivalent on the right.

kinh tế nhà nước	national economy
kinh tế tư bản	economics
kinh tế xã hội chủ nghĩã	socialist economics
kinh tế thị trường	capitalist economics
nhà kinh tế học	an economist
kinh tế	economic market
nước tư bản	a capitalist
nhà tư bản	capitalist country
các nước xã hộ chủ nghĩa	a socialist
người theo chủ nghĩa xã hội	socialist countries
đã phát triển	developed
đang phát triển	developing
các nước đang phát triển	developing countries
kinh tế đang phát triển	development
phát triển	a developing economy

Kinh tế Việt Nam ▣

Mr Thanh has written a short newspaper article with his views on the current state of the world economy

Trước đây, khi còn đi học, tôi mơ ước trở thành nhà văn. Bây giờ, tôi nghĩ rằng, buôn bán là tốt nhất. Vì xã hội Việt Nam ngày nay, người ta bận làm ăn hơn là đọc sách. Buôn bán là tốt, nhưng không phải ai cũng có tiền mà buôn bán. Kinh doanh buôn bán ở các nước phương tây cũng đang gặp khó khăn, vì nền kinh tế ở các nước đó cũng đang suy thoái. Kinh tế Việt Nam thì đang bị khủng hoảng nặng. Nhiều người thất nghiệp. Khó mà kiếm được việc làm. Tuy vậy, nhiều công ty nước ngoài đầu tư vào Việt Nam buôn bán. Nhưng các công ty Mỹ còn phải chờ chính phủ Mỹ bỏ cấm vận. Các nước phương tây quan tâm đến đầu tư vào ngành dầu mỏ. Các công ty châu Á đầu tư nhiều vào ngành dịch vụ. Nền kinh tế Việt Nam phụ thuộc rất nhiều vào đầu tư của các nước ngoài. Đó là một nền kinh tế phụ thuộc. Tương lai của Việt Nam không nên phụ thuộc vào nước ngoài. Người Việt Nam cần phải có độc lập, tự do, dân chủ, và phải tự quyết định tương lai cho đất nước mình.

Vocabulary

quan tâm	concern, care	**độc lập, tự do,**	independence,
ngành dầu mỏ	oil industry	**dân chủ**	freedom, democracy
ngành dịch vụ	service		

Exercise 15

Answer these questions on the passage.

1 Anh mơ ước làm gì?
2 Kinh doanh buôn bán ở các nước phương tây ra sao?
3 Còn ở Việt Nam thì sao?
4 Công ty nước ngoài đầu tư vào Việt Nam có tốt cho Việt Nam không?
5 Kinh tế Việt Nam có phụ thuộc vào nước ngoài không?

17 Đi đây đi đó

Travelling around

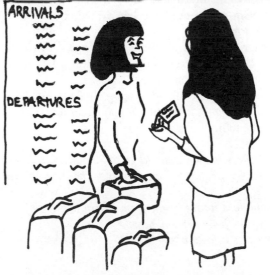

Đi lại ở Việt Nam 🔲

Kirsty asks her Vietnamese friend for information about the journey by train from Hanoi to Saigon

KIRSTY: Mình không biết nên đi tàu hỏa vào Sài Gòn hay đi máy bay.

LAN: Đi máy bay thì nhanh hơn, nhưng đắt hơn. Đi tàu hỏa thì rẻ hơn, nhưng chậm hơn.

KIRSTY: Đi máy bay từ Hà Nội vào Sài Gòn bao lâu?

LAN: Nhanh lắm, khoảng chừng hơn một giờ thôi.

KIRSTY: Vé máy bay bao nhiêu tiền?

LAN: Mình không nhớ chính xác là bao nhiêu. Hơn nữa, giá vé lúc lên, lúc xuống. Nhưng có lẽ chỉ khoảng chừng hai trăm đô la thôi.

KIRSTY: Đi tàu hỏa thì bao nhiêu tiền và thời gian bao lâu?

LAN: Chỉ khoảng chừng hai mươi đô la thôi, và bạn có thể mua vé bằng tiền Việt Nam được. Khoảng hai trăm ngàn đồng. Nhưng từ Hà Nội vào đến Sài Gòn mất hai ngày.

KIRSTY: Đó là tàu nhanh hay tàu chậm?

LAN: Đó là tàu tốc hành.

KIRSTY: Nó đỗ ở những ga nào?

LAN: Đỗ ga Đồng Khởi, Quảng Trị, Huế, Đà Nẵng, Nha Trang rồi vào Sài Gòn.

KIRSTY: Tàu tốc hành gì mà đỗ nhiều ga vậy?

LAN: Nó cũng phải nghỉ để lấy nước, và cho hành khách xuống ga xả hơi đôi chút chứ.

KIRSTY: A, cậu nói vé hai mươi đô la là vé một chiều hay vé khứ hồi?

LAN: Ở Việt Nam người ta không bán vé hai chiều, chỉ một chiều thôi, cô nương ạ.

KIRSTY: Có vé hạng nhất, hạng nhì, hạng ba không?

LAN: Không, chỉ có vé toa ngồi và toa nằm thôi.

KIRSTY: Trên tàu có toa bán cơm không?

LAN: Có, trên tàu có bán cơm, nước uống, thuốc lá, kẹo bánh đủ thứ. Nếu bạn muốn biết thêm thì hỏi phòng chỉ dẫn ở nhà ga. Mình chỉ biết thế thôi.

KIRSTY: *I don't know whether I should go to Saigon by train or by air.*

LAN: *It is faster by air, but more expensive. The train is cheaper, but slower.*

KIRSTY: *How long does it take by air from Hanoi to Saigon?*

LAN: *It's very fast, just over one hour.*

KIRSTY: *How much is it for a plane ticket?*

LAN: *I don't remember exactly how much, besides the price some-times goes up, sometimes down. But probably around 200 US dollars.*

KIRSTY: *How much is it to go by train, and how long does it take?*

LAN: *Only about 20 US dollars and you can buy the ticket with Vietnamese currency, about 200,000 dong. But from Hanoi to Saigon it takes two days.*

KIRSTY: *Is that the fast train or the ordinary train?*

LAN: *That is the express train.*

KIRSTY: *Which stations does it stop at?*

LAN: *It stops at Dong Khoi, Quang Tri, Hue, Da Nang, Nha Trang then goes to Saigon.*

KIRSTY: *Why does the express train stop at (so) many stations?*

LAN: *It has to stop to take water and to let the passengers get down at stations to relax for a while.*

KIRSTY: *Oh, by the way, you said 20 US dollars for the ticket, but is that single or return?*

LAN: *In Vietnam they do not sell two-way tickets, only one-way tickets, my dear.*

KIRSTY: *Are there first, second and third class tickets?*

LAN: *No, there are only tickets for ordinary and sleeping cars.*

KIRSTY: *Is there a restaurant on the train?*

LAN: *Yes, there is a restaurant on the train, and drink, cigarettes, confectionery are available. If you want to know any more you should ask the Information office at the station, not me!*

Vocabulary

nhờ	ask for something	**lúc lên, lúc**	(idiomatic expression:
chỉ	to show, point out, indicate, only, merely, solely, just	**xuống**	'sometimes it goes up, sometimes it goes down')
dẫn	to guide, lead	**có lẽ**	perhaps, maybe,
chỉ dẫn	advice, information		probably
nên	should, ought	**thời gian**	time
tàu hỏa, xe lửa	railway train	**mất**	to lose, cost, spend, take
máy bay	aeroplane	**tốc hành**	express (*lit.* going
vé	ticket		fast)
chính xác	exactly	**đỗ**	to stop
giá	price	**ga**	station

hành khách	passenger	toa ngồi	carriage
xả hơi	to relax		(i.e. non-sleeper)
một chiều	one-way, single	toa nằm	sleeping car
hai chiều	two-way, return	kẹo bánh	confectionery
khứ hồi	two-way, return	khoảng chừng	about, approximately,
cô nương	Miss, Ms		roughly
hạng	class, category, kind, quality	hơn nữa	besides

Language points

Expressing what is advisable

| Cô nên đi máy bay, vì máy bay nhanh hơn. | You should go by air because it is faster. |
| Cô không nên đi tàu hỏa vì chậm lắm. | You should not go by train because it is very slow. |

These auxiliary verbs convey the idea of suggestion and advice.

Expressing necessity

| Tôi phải đợi bao lâu? | How long do I have to wait? |
| Ông phải đợi một tuần. | You have to wait for one week. |

These auxiliary verbs indicate necessity and can be used to express a duty, strong obligation, command or order.

Expressing ability and what is allowed

Bạn có thể mua vé bằng tiền Việt Nam được.	You can buy tickets with Vietnamese currency.
Anh có thể mua giùm tôi tờ báo được không?	Can you buy a newspaper for me?
Vâng, tôi có thể mua giùm anh được.	Yes, I can buy one for you.

We can use **được** on its own as in:

| Anh nói *được* tiếng Anh không? | *Can* you speak English? |
| Dạ, tôi nói *được* tiếng Anh. | Yes, I *can*. |

**Anh không dùng tiền Việt   You *can*not use Vietnamese currency.
Nam *được*.**

Từ . . . đến, vào *('from . . . to' or 'since')*

từ **Hà Nội *vào* Sài Gòn**   *from* Hanoi *to* Saigon
từ **đầu *đến* cuối**   *from* the beginning *to* the end
từ **một *đến* mười**   *from* one *to* ten

In the above examples **từ** and **đến**, **vào** act as prepositions like 'from
to'. Just as in English they can also be used to indicate periods of
time, as in:

Từ **năm 1979 *đến* nay tôi   *Since* 1979 I have lived in America.
sống *ở* Mỹ.**

Here are some more examples:

từ **thuở còn thơ**   *from* childhood
từ **khi tôi *đến* nước Anh**   *since* I came to England

Exercise 1

You are at a travel agent's planning a trip. How would you ask if you can:

1 buy a return ticket
2 go by plane/train/bus
3 hire a car here
4 book a hotel here
5 pay in dollars
6 leave next week
7 travel without a visa

Exercise 2

Now answer the questions in Exercise 1 following the clues below:

1 Không, chúng tôi không bán . . .
2 Vâng, tùy cô, muốn đi máy bay, . . . cũng được.
3 Vâng, được. Cô muốn thuê . . .
4 Vâng, cô có thể đặt thuê buồng . . .
5 Rất hoan nghênh, nếu cô . . .
6 Vâng, không sao. Cô có thể đi . . . cũng được.
7 Không, cô phải xin . . .

Exercise 3

Now add to the answer you gave in Exercise 2 by saying what the traveller should or must do.

Exercise 4

What advice would you give in the following situations? Use **nên** and **không nên**.

1 Your friend spends all her time watching television and is putting on weight.
2 Your friend wants to travel round the world but has no money.
3 Your friend has been working very hard and going to late-night parties and looks tired.
4 Your friend has an important economics exam coming up but works every evening in a supermarket and spends her free time reading novels.

Exercise 5

Translate into Vietnamese, then answer the questions in Vietnamese:

1 Could you tell me if it is better to go to Saigon by train or by car?
2 How long does it take by train from Hanoi to Saigon?
3 How much does it cost for a plane ticket from Hanoi to Saigon?
4 Which stations does the Hanoi–Saigon express train stop at?
5 Can I go to Saigon by car from Hanoi?

Exercise 6

    mèo   cat

You want to find out about the regulations and procedures for travelling to Vietnam. How would you ask if you have to or are allowed to:

1 have a visa
2 buy Vietnamese currency outside Vietnam
3 take a cat
4 book the hotel before going
5 pay for the ticket in dollars
6 have a letter of invitation
7 buy a return ticket
8 stay for less than a month

Exercise 7

Now answer the questions you asked in Exercise 6.

Exercise 8

bỏ bễ	to leave the matter, neglect
ngày sát nút	the day immediately before departure
thượng lộ bình an	to have a good journey

Mr Phc is telling a new employee what he must do on his first business trip overseas. Make a note of everything he must or must not do.

Anh phải lấy visa, ít nhất ba tuần trước khi anh đi. Anh không được bỏ bễ đến tận ngày sát nút. Anh phải đổi lấy tiền đô la mười ngày trước khi đi. Anh không được mang theo tiền Trung Quốc. Anh không được mua vé hạng nhất. Anh phải có mặt ở sân bay, trước khi máy bay cất cánh ba giờ, và không được xách va-li hộ ai. Khi anh đến nơi, anh phải gặp ông Phang ngay. Anh không được đến khách sạn, trước khi gặp ông Phang. Anh phải nộp báo cáo cho tôi, sau hai ngày anh trở về. Chúc anh thượng lộ bình an.

Exercise 9

You want to make a journey from Hanoi to Saigon. Look at these time-tables comparing the routes by bus, plane and train.

From Hanoi to Saigon:

	Price	*Length of time*	*Comfort*
bus	20 dollars	3 days	OK
plane	150 dollars	2 hours	good
train	30 dollars	2 days	good

Using **bao lâu, mấy ngày, mấy giờ, bao nhiêu tiền một ngày, một tuần bao nhiêu chuyến, phục vụ thế nào?**, ask someone:

1 how long each takes
2 how much it costs

Exercise 10

Now answer the questions you asked in Exercise 9.

Exercise 11

Using the same timetable, ask someone for information or advice on which way would be:

1 quickest
2 most comfortable
3 cheapest
4 most convenient

Now answer the questions you asked.

Exercise 12

Look at the information below, and write brief notes on the careers of each of the three people.

Anna	1970–9	học văn học Mỹ
	1980–9	làm ở nhà băng
	1990–	làm ở Bộ Ngoại Giao
Miss Phe	1985–6	du lịch Âu châu
	1987–	viết tiểu thuyết
Mr Hung	1971–3	làm ở khách sạn
	1974–5	làm thơ
	1976	lấy vợ

Tone practice ▮▮

We use this exercise to practise the content of this lesson.

tàu thủy tàu hỏa máy bay
ô tô xe đạp xe hơi xe máy
hành khách đi lại suốt ngày
chúc mọi người đi lại gặp may
giá vé lúc lên lúc xuống
tàu xe lúc chậm lúc nhanh
trên tàu có đủ thuốc lá kẹo bánh
tốt nhất là đi tàu tốc hành
tàu hỏa có toa ngồi toa nằm

có vé một chiều và hai chiều
đi tàu hỏa dĩ nhiên là thoải mái

xe lam xe buýt xe đò
xích lô xe đạp anh mua xe nào
xe hơi thì giá hơi cao
công ty du lịch bảo sao cũng ừ

Ô ten có lắm cái hay
tắm hơi xoa bóp ở ngay trong buồng
lại còn dạ hội hộp đêm
nhưng anh phải có nhiều tiền mới xong

Chuẩn bị cho chuyến đi cuả bạn 📼

Kirsty and Lan continue their conversation about the journey by train from Hanoi to Saigon

KIRSTY: Có được hút thuốc lá trên tàu không?

LAN: Hút thoải mái, nhưng dĩ nhiên là phải lịch sự. Nếu người ta yêu cầu cậu đừng hút thì đừng có hút.

KIRSTY: Cậu có thể lấy giùm mình một bảng chỉ giờ tàu chạy được không?

LAN: Mình có sẵn đây rồi. Cậu cầm lấy.

Kirsty và Lan cùng đọc bảng giờ tàu chạy.

LAN: Xem nào, chuyến tàu này thế nào?

KIRSTY: Mấy giờ tàu khởi hành ở ga Hàng Cỏ. Mấy giờ tàu đến Huế, dừng lại bao lâu ở Nha Trang, mấy giờ vào đến Sài Gòn.

LAN: Trời ơi, sao mà hỏi nhiều vậy. Hãy đọc bảng giờ tàu chạy đi đã.

KIRSTY: Được rồi, nhưng mình muốn tất cả mọi thứ đều sẵn sàng. Cậu nghĩ mình có cần thuê ô tô không? Ở Sài Gòn có nhiều taxi, xe lam, xích lô lắm phải không.

LAN: Phải rồi. Đi trong thành phố còn có xe buýt. Đi ra nông thôn còn có xe đò. Nhưng nếu bạn giầu thì cứ việc gọi điện thoại cho công ty du lịch. Họ sẽ cho xe sang đến đón bạn, và đưa bạn đi bất cứ đâu bạn muốn.

KIRSTY: Còn khách sạn, mình còn đang do dự, chưa biết nên chọn khách sạn nào. Cậu có ý kiến gì không?

LAN: Ở Sài Gòn có nhiều khách sạn tốt lắm. Thí dụ như: Khách sạn The Continental, khách sạn này có 72 phòng hơi lạnh, 3 tiệm ăn, có tiệm sửa sang sắc đẹp, và có gian hàng bán đồ kỷ niệm.

KIRSTY: Trong phòng có điện thoại không?

LAN: Sách giới thiệu đây, cậu đọc đi.

KIRSTY: Nghe nói khách sạn nổi Sài Gòn sang nhất phải không?

LAN: Cũng có lẽ, vì tiền phòng ở đây đắt lắm, có thể lên đến 200 đô la một đêm.

KIRSTY: Vì sao lại đắt như vậy?

LAN: Vì ở đây rất dễ chịu; không khí trong lành, phong cảnh đẹp, có cả bể bơi, sân quần vợt, phòng dạ hội. Và đủ các phương tiện phục vụ cho các nhà buôn làm việc khi cần thiết.

KIRSTY: Ồ, mình nghĩ mình không cần những thứ đó.

KIRSTY: *Is smoking permitted in the compartments?*

LAN: *Yes, you are free to smoke, but of course, you should be polite. If someone asks you not to it is better to stop.*

KIRSTY: *Could you get a timetable (of the train departures) for me?*

LAN: *I already have one here. You can have it.*

Kirsty and Lan read the timetable together.

LAN: *Let's have a look. What about this one?*

KIRSTY: *What time does it depart from Hanoi Hang Co station? What time does it come to Hue? How long does it stop at Nha Trang? What time does it arrive at Saigon?*

LAN: *Oh dear, you have too many questions. Just read the timetable!*

KIRSTY: *OK, but I want to get everything arranged. Do you think it is necessary to hire a car? In Saigon there are a lot of taxis, minibuses and rickshaws, aren't there?*

LAN: *Yes, there are. You also can travel inside the city by bus, and to the countryside by coach. But if you are wealthy you just ring the tourist company. They will send a smart car to fetch you and take you anywhere you like.*

KIRSTY: *About the hotel, I am still hesitating. I do not know which to choose. Do you have any idea?*

LAN: *In Saigon there are a lot of good hotels. In the Continental, for example, there are seventy-two air-conditioned rooms, three restaurants, a beauty parlour and a souvenir shop.*

KIRSTY: *Do they have telephones in the rooms?*

LAN: *Here's the brochure. Read it yourself.*

KIRSTY: *I've heard that the Saigon floating hotel is the most luxurious one, is that right?*

LAN: *Maybe, because the rate for rooms there is very expensive. It goes up to 200 US dollars for a night.*

KIRSTY: *Why is it so expensive?*

LAN: *Because it is very pleasant there; the air is fresh, the surroundings are beautiful. There is also a swimming pool, tennis courts, a night club and all the facilities that businessmen need.*

KIRSTY: *Oh, I don't think I need all that.*

Vocabulary

thoải mái	freely, easily	do dự	to hesitate
dĩ nhiên	of course, certainly	ý kiến	idea, opinion
lịch sự	polite, decent, courteous	gian hàng	terrace, shop, store
		đồ kỷ niệm	souvenir
khói	smoke	điện thoại	telephone
bảng chỉ giờ	timetable	liên hệ	to contact
sẵn (sàng)	ready, at hand, already	khách sạn nổi	floating hotel
cầm	to hold, take	sang nhất	the most luxurious
khởi hành	departure	bể bơi	swimming pool
dừng lại	to stop	sân quần vợt	tennis court
xe lam	minibus	phòng dạ hội,	night club
xích lô	rickshaw	hộp đêm	
xe buýt	bus	phương tiện	facilities
nông thôn	countryside	cần thiết	necessary, need
xe đò	coach	yêu cầu	to demand, ask
xe sang	smart car		

Language points

Asking someone to do you a favour

nhờ, phiền, giùm, làm ơn . . . please do (me) a favour and . . .

We saw this construction in Lesson 6. It is a very useful and polite way of asking people to do things. In this lesson you will review how to use it.

Nhờ cô làm ơn mua giùm tôi tờ báo. *or Phiền* cô làm ơn mua giùm tôi tờ báo. — *Please* do me a favour and buy me a newspaper.

Anh làm ơn chỉ *giùm* Đại sứ quán Anh ở đâu. — *Please* show me where the British Embassy is.

Nhờ anh trông giùm tôi hành lý. — *Please* keep an eye on my luggage.

Simultaneous actions and states

vừa . . . vừa   both . . . and

When two actions occur at the same time or two states exist simultaneously, each of the verbs denoting them is preceded by **vừa**. For example:

Đi xem phố bằng xe đạp *vừa*   Sightseeing by bicycle is *both* conve-
tiện *vừa* **rẻ.**   nient *and* cheap.

Expressing the recent past

vừa mới   just

Vừa mới is used as an adverb to indicate a recent event, like 'just' in English. For example:

Cô ấy *vừa mới* **đi.**   She's *just* gone.
Tôi *vừa mới* **đi làm về.**   I've *just* come back from work.

More constructions with 'anything'

In Lesson 6 we saw the use of **gì**, **nào** ('what?' 'which?'). We will now practise another construction with **gì**, **nào**: noun + **nào mà chả (chẳng) được**, verb + **gì mà chả (chẳng) được**.

Muốn thuê ô tô *nào mà chả*   You can hire any car you want. (*lit.*
được.   Any car you want to hire you can
                                     hire)
Muốn làm gì *mà chả được.*   You can do anything you want.

Exercise 13: asking favours

You are feeling very lazy and would like to spend the day in bed reading the paper, having breakfast and lunch and watching some videos. Ask your Vietnamese flatmate to arrange things. (You will also need someone to explain to your office that you will not be at work today.)

Exercise 14

Respond to these statements using **vừa mới**:

1 You look tired.
2 You look very happy.
3 I haven't seen you for a few days.

4 Please would you lend me your calculator.
5 Please would you lend me some money.

Exercise 15: superlatives

Look at this extract from a restaurant guide and say which restaurant is:

1 most expensive
2 best
3 cheapest
4 worst
5 nearest
6 biggest
7 most convenient
8 smallest
9 least convenient

Nhà ăn Phú Gia đắt nhất và cũng tốt nhất. Nhà ăn Bến Thành thuận tiện nhất. Nhà ăn Đồng Khởi lớn nhất. Tiệm ăn ga Hàng Cỏ kém nhất, nhưng lại gần nhà ga nhất. Nhà ăn Bình Dân nhỏ nhất, rẻ nhất, nhưng cũng kém thuận lợi nhất.

Exercise 16

Write a dialogue between two people asking about hotels in Saigon.

Exercise 17

Translate into English:

1 Đây là Đại sứ quán Anh. Anh muốn hỏi gì cứ việc hỏi.
2 Khách du lịch đến Việt Nam, có thể đi bất cứ nơi nào họ muốn.
3 Bất cứ người nước ngoài nào đến Việt Nam cũng phải xin visa.
4 Sống ở khách sạn Sài Gòn khá thoải mái.
5 Bây giờ ở Việt Nam khá tự do, nói chuyện thoải mái.

Exercise 18

Đi plus another verb is used in a number of constructions meaning 'to go and . . . '. How would you say the following?

1 go to work
2 go out for a walk, entertainment
3 go on holiday

4 go and have a bath
5 go and swim
6 go and sleep
7 go and eat
8 go to a meeting

Hàng không Việt Nam 📼

Kirsty and Lan finish their conversation about making a journey

KIRSTY: Nếu đi xem phố ở Sài Gòn, có lẽ tốt hơn cả là đi xe máy hoặc đi xe đạp, vừa tiện vừa rẻ phải không?

LAN: Đi chơi bằng thuyền dọc theo sông Sài Gòn cũng rất hay.

KIRSTY: Từ Sài Gòn đi Băng cốc hay Nông Pênh thì chắc là phải đi máy bay?

LAN: Dĩ nhiên rồi, đi xa thế ai dại gì đi ô tô hay tàu hỏa cho nó mệt, và lâu chết đi được.

KIRSTY: Việt Nam có những chuyến bay quốc tế nào?

LAN: Có các hãng hàng không châu Âu, Thái Lan và Trung Quốc. Có nhiều chuyến bay đến và đi từ Việt Nam.

KIRSTY: Còn đường biển thì sao?

LAN: Tàu thủy thường là tàu buôn chở hàng đến Việt Nam, chứ không có tàu hành khách. Việt Nam chưa có tàu khách phục vụ đường biển quốc tế, chỉ có tàu khách chạy nội địa thôi.

Vocabulary

tốt hơn cả	it is the best	chuyến bay	international
thuyền	boat	quốc tế	airlines
dọc theo	along	hàng không	airlines
dĩ nhiên rồi	of course, certainly	đường biển	to travel by sea
dại	silly	tàu thủy	ship
trung tâm	city centre	tàu buôn	merchant ship
thành phố		hành khách	passenger
cây số	kilometre	nội địa	domestic, internal

Exercise 19

Answer these questions on the dialogue:

1 Đi xem phố ở Sài Gòn thì đi xe gì là tốt hơn cả?

2 Có máy bay từ Việt Nam đi các nước không?
3 Bạn đã đi chơi bằng thuyền ở Việt Nam bao giờ chưa?
4 Đi chơi bằng thuyền có hay không?
5 Bạn thích đi chơi trong thành phố bằng xe đẹp hay xe hơi?

Grammar summary

1   Nouns and noun phrases

1.1   Subject and possessive pronouns

You will notice that the subject pronoun **tôi** ('I') is also used for the possessive 'my'.

Tôi là Nam.	I am Nam.
Bạn tôi là John.	My friend is John.

1.2   Demonstratives ('this' and 'that')

There are three words in Vietnamese corresponding to the English 'this' and 'that':

Tôi thích buồng *này*.	I like *this* room.
Tôi thích buồng *kia*.	I like *that* room.
Tôi thích buồng *ấy*.	I like *that* room.

Cái va-li *kia* là cuả tôi.	*That* case over there is mine.
Va-li đó (*ấy*) là cuả cô Anna.	*That* case (the one you just mentioned) is Anna's.

Kia usually refers to something you can see. **Ấy** often refers to something that has been mentioned but may not be visible. Notice that the demonstrative follows the noun.

1.3   The classifiers

Vietnamese uses classifiers to denote singular or plural and to substitute for a noun. Different classifiers are used depending on what you are referring to. You will come across the classifier **cái** used to refer to a range of inanimate objects:

cái **buồng**	*a* room
cái **bàn**	*a* table
cái **ghế**	*a* chair

With the demonstratives it is optional:

Tôi thích *cái* buồng này. or	I like *this* room.
Tôi thích buồng này.	

Cái is often used to correspond more or less to the English 'one' as in:

cái này	this one	**cái kia**	that one

When you answer a question about something you can use the classifier on its own in the answer (as long as it is clear what you are talking about).

Ông có bao nhiêu cái bàn?	How many tables do you have?
Tôi có hai mươi cái.	I have twenty (tables).
Ông có mấy cái bút?	How many pens do you have?
Tôi có năm cái.	I have five (pens).

Classifiers are normally used when we are referring to a specific object, not when we are talking about things in general:

Tôi muốn mua một *quyển* (cuốn) sách.	I want to buy *a* book.
Tôi muốn mua một *cuốn* sách về lịch sử Việt Nam.	I want to buy *a* book about Vietnamese history.

But:

Sách ở đây rẻ lắm.	Books are very cheap here.

Sách ở Luân Đôn đắt lắm.   Books in London are very expensive.

The classifiers **cuốn, quyển** can also used with: **tự điển** ('dictionary'), **lịch** ('calendar').

The classifier **tờ** can be used with:

tờ báo   a newspaper   **tờ giấy**   a sheet of paper

Here are some more examples of classifiers:

một *cái* **bàn**	*a* table
một *cái* **ghế**	*a* chair
một *cái* **bút**	*a* pen
một *quả* **chuối**	*a* banana
một *quả* **cam**	*an* orange
một *quả* **chanh**	*a* lemon
một *con* **cá**	*a* fish
một *con* **gà**	*a* chicken
một *con* **chó**	*a* dog

1.4   Plurals of nouns

Nouns which take the classifier **cái** can be made plural by adding **những**:

cái bàn	a table
những cái bàn	tables

With people, use **các** and **những**:

bà	lady
các bà	ladies
ông	gentleman
các ông	gentlemen
thưa các ông các bà	ladies and gentlemen

There is a slight difference between the use of **các** and **những**. For example, both **những người khách** and **các vị khách** mean 'the guests'. In some contexts, **những người khách** indicates a larger number than **các vị khách**.

1.5   The reciprocal pronoun nhau

Nhau corresponds to 'each other' or 'one another'.

1.6 The reflexive pronoun tự

tự can mean 'myself', 'himself', 'herself', 'themselves', etc.

Tôi *tự* làm.	I am doing it *myself*.
Cô ấy *tự* học.	She is learning *by herself*.

1.7 Pronouns

Pronouns used between close friends:

mình, tớ	I, me
chúng mình, chúng tớ	we, us
cậu	you (*singular*)
các cậu	you (*plural*)

1.8 The pronoun mình

We saw at the beginning of the lesson that **mình** ('I, me') is used only between close friends or husband and wife. **Mình** is sometimes also used to mean 'you' between two very close friends or between husband and wife. For example (a wife talking to her husband):

Mình ơi, có ông bà James đến chơi.	Darling, we have visitors, Mr and Mrs James.

Here are some other examples of **minh** where it corresponds to 'our':

nhà *mình*	*our* house, home
nước *mình*	*our* country

Mình also can mean 'alone, by oneself':

sống một *mình*	live *alone*
làm một *mình*	work *alone*

1.9 Constructions with words which have opposite meanings

cũng có . . . cũng có . . .	there are . . . there are
	some are . . . some are . . .
Cũng có thứ tốt, *cũng có* thứ không.	*Some are* good, *some are* not.

1.10 Interrogative pronouns

gì?   what?   **nào?**   which?

Nào and **gì** come at the end of the sentence:

> **Ông muốn mua cuốn sách *nào*?**   *Which* book do you want to buy?
> **Ông muốn mua *gì*?**   *What* do you want to buy?

Notice that **nào** is used with the classifier whereas **gì** is not.

1.11 Constructions with thì meaning 'anywhere' and 'anything'

> **Anh muốn đi đâu *thì* đi.**   You can go *anywhere* you like.
> **Anh muốn làm gì *thì* làm.**   You can do *anything* you like.

1.12 'All', 'both' and 'everyone'

Cả and **cả hai** mean 'both'. For example:

> **Xin mời *cả hai* vị cùng đến.**   Please come *together* (both of you).

Cả also means 'all' or 'everyone'.

> **Ông bà và các cháu đều mạnh** You and your children are *all* well, I
> **khỏe *cả* chứ ạ.**   hope.

1.13 The use of nữa ('more, else')

Nữa can be used in combination with **gì** to mean 'what else'. **Gì nữa** can also mean 'anything else', 'any more' or 'nothing else', 'nothing more'.

> **Ông có muốn *gì nữa* không?** Do you want *anything else*?
> **Tôi không muốn *gì nữa*.**   I don't want *any more*.

On its own **nữa** means 'more':

> **Tôi muốn ăn *nữa*.**   I want to eat *more*.
> **Tôi muốn làm *nữa*.**   I want to work *more*.

1.14 Bất cứ *('any')*

bất cứ nơi nào	*any*where
bất cứ ai, *bất cứ* người nào	*any*one, *any*body
bất cứ cái gì	*any*thing

Tôi không thích *bất cứ* ai.	I do not like anyone.
Tôi không thích ai cả.	

Tôi không thích *bất cứ* cái gì.	I like nothing *or* I do not like anything.
Cái gì tôi cũng không thích.	

1.15 More constructions with 'anything'

Gì, nào: noun + **nào mà chả (chẳng) được**

Muốn thuê ô tô *nào mà chả được*.	You can hire *any* car you want. (*lit.* Any car you want to hire you can hire)
Anh ấy muốn mua nhà *nào mà chả được*.	He can buy *any* house.

verb + **gì mà chả (chẳng) được.**

Muốn làm *gì mà chả được*.	You can do *any*thing you want.

2   Basic sentence patterns

2.1   Adjectives as subject complements

Tôi mệt.	I am tired.
Tôi khỏe.	I am fine, well.
Chúng tôi khỏe.	We are well.
(subject – subject complement)	(subject – be – subject complement)

In the above example the adjective 'tired' refers to or complements the subject 'I'. In English we use the verb 'to be' to link a subject and its complement. Vietnamese does not need a verb to link them – as you can see in the example.

To make the sentence negative, put **không** before the adjective:

Tôi *không* mệt.	I am not tired.
Cô Anna *không* khỏe.	Miss Anna is not well.

The simplest way of asking a yes/no question is with **có . . . không**

Cô có mệt *không*?	Are you tired, Miss?
Ông *có* khỏe *không*?	How are you? (Are you well or not?)

2.2   Là *('to be')*

Tôi *là* Trần Hoàn.	I *am* Tran Hoan.
Tôi *là* thày giáo.	I *am* a teacher.
Andrew Bond *là* thày giáo.	Andrew Bond *is* a teacher.
Andrew Bond và Tony White *là* thày giáo.	Andrew Bond and Tony White *are* teachers.

Là connects the subject with a subject complement consisting of a noun or noun phrase. Notice in the above examples that it does not change its form. In Vietnamese verbs do not change according to number, person or tense. You will notice that the singular and plural forms of the noun 'teacher' are also the same.

2.3   *Negatives with* là

Tôi *không phải là* thày giáo.	I *am not* a teacher.
Ông Bond *không phải là* bạn tôi.	Mr Bond *is not* my friend.

Notice that **không phải** comes before **là**.

2.4   Có *('yes, to be, to have')*

Cô Anna, cô *có* mệt không?	*Are you* tired, Anna?
Ông *có* va-li không?	*Do you have* a suitcase?
Có, tôi *có*.	Yes, *I do*.
Không, tôi không *có*.	No, *I don't* (have).

2.5   *Imperatives*

Verbs in Vietnamese do not change according to number, person or tense. In other words the form of the verb in 'they went' (**ve**) is exactly the same as in 'I go'. At least this aspect of Vietnamese grammar should not give you too much difficulty! So the imperative form is the same as the infinitive. We can use the imperative form to indicate an invitation or a request:

Xin mời *về* (đến) khách sạn.   Please *come* to the hotel.
Xin *chuyển* hành lý về khách   Please *take* the luggage to the hotel.
 sạn.

2.6   Đi *in imperatives*

Đi is used as a final particle in imperative sentences with the meanings: 'go ahead and, be sure to, let's', etc. depending on the context. Again, it is difficult to give a straightforward translation into English, but you will be able to see the meaning from the context. Often it corresponds to the first person imperative 'let's'. For example:

Chúng ta đi *đi*.   *Let's go,* shall we.
Anh phải đi học *đi*.   *You should go* to study.
Đi làm *đi*.   *Let's go* to work.

2.7   *The use of* hơn *to indicate comparison*

tiện   convenient   **tiện hơn**   more convenient

Notice that **hơn** is used after the adjective to make a comparison. It can also be used with some verbs in a similar way:

Tôi thích cái buồng này.   I like this room.
Tôi thích cái buồng này *hơn*.   I like this room more. (I prefer it)

2.8   *Comparative and superlative*

We have seen that an adjective or stative verb combines with **hơn** ('more') to make a comparative. Adjectives or stative verbs combine with **nhất** to make a superlative. So we have:

đắt   expensive
đắt *hơn*   *more* expensive
đắt *nhất*   *the most* expensive

2.9 Chẳng, chẳng cứ *('do not, not only')*

Chẳng is one of the idiomatic forms of negation. It is used in colloquial speech to replace the regular form of negation, **không**. For example:

Tôi không đi đâu cả.   **Tôi *chẳng* đi đâu cả.**

The two have the same meaning: 'I'm not going anywhere.'

2.10 Vừa . . . vừa *('both . . . and')*

Anh ấy *vừa* làm *vừa* học.	He works *and* studies at the same time.
Cô ấy *vừa* biết nói tiếng Pháp *vừà* biết nói tiếng Đức.	She can speak French *and* German.

Notice the position of **vừa** in the sentence.

2.11 *Conditional sentences*

Mà combines with **nếu** to mean 'if':

Nếu anh không đi thì tôi cũng không đi. *or Nếu mà* **anh không đi thì tôi cũng không đi.**   *If* you are not going then I am not going either.

Nếu mà suggests a slightly more hypothetical condition than **nếu** on its own.

2.12 *Unreal conditionals*

Mà also occurs as a subordinating conjunction with the meaning 'if' (contrary to the present situation or in the unlikely event that) as in:

Anh *mà* làm bác sĩ ở Mỹ thì giầu.	*If* you worked as a doctor in the USA you would be rich.
Cô *mà* về Việt Nam thì bố mẹ cô vui lắm.	*If* you went back to Vietnam your parents would be very happy.

2.13 Expressions without linking words

There are a number of constructions in Vietnamese in which verbs are put together without words to link them together. Here are some examples:

Nghe anh nói cũng thấy vui lên.	Listening to you makes me feel happier. (*lit.* listen you say also feel happier)
Nghe anh nói cũng thấy ngon rồi.	You make it sound delicious.

3 Questions

3.1 Yes–no questions

The simplest way of asking questions in Vietnamese is to use **có** and **không** ('yes . . . no').

Anh *có* tiền *không*?	Do you have money?
***Có*, tôi có tiền.**	*Yes*, I have.
***Không*, tôi không có tiền.**	*No*, I don't.

Another way of asking questions is to use **là . . . không**.

3.2 Questions with phải . . . không

We can make a question by adding **phải** ('yes') and **không** ('no') to the end of a statement:

Cô Anna học ở trường đại học Luân Đôn.	Anna studies at the University of London.
Cô Anna học ở trường đại học Luân Đôn *phải không*?	Anna studies at the University of London, *doesn't she*?

This asks for confirmation of the statement in the same way as the question tag 'doesn't she', 'isn't it' etc. in English. Here are two ways of confirming the statement in the answer:

Vâng, cô Anna học ở trường đại học Luân Đôn.	Yes, she does study at the University of London.
Phải, cô Anna học ở trường đại học Luân Đôn.	

We can give a negative answer by using **không**:

Không, cô ấy *không* học ở   No, Anna *doesn't* study at the Univer-
trường đại học Luân Đôn.   sity of London.

Note that Vietnamese does not use the short answer corresponding to
'Yes, she does' or 'No, she doesn't'.
Questions with **phải** . . . **không** are more insistent than those with **có**
. . . **không**. They are roughly equivalent to 'Are you . . . or not?' or 'You
are, aren't you?' Now compare **phải không** and **có** . . . **không**:

Cô *có* mệt *không*?   (The speaker wants to know simply whether
                        you are tired or not.)
Cô mệt *phải không*?   (The speaker would like to be sure because,
                        for example, you look tired.)

Both of the question forms in Vietnamese can be translated by the simple
question: 'Are you tired?' For example, to ask 'Is this your wife?' you can
say either:

Đây là vợ ông phải không? or
Đây có phải vợ ông không?

However, you will have to judge the exact meaning of the question from
the context.

3.3 Questions with thì sao, sao

Thì sao is a useful way of asking questions. You can use it to change the
topic you are talking about or when you are not sure how to say something
exactly.

Còn hành lý *thì sao*?   *What about* the luggage?
Còn Anna *thì sao*? Cô ấy   *What about* Anna?
khỏe không?

3.4 Questions about location

Note that the word order in Vietnamese is different from the English:

Khách sạn *ở đâu*?   *Where is* the hotel?

Ở đâu can be shortened to **đâu** as in:

Cô Anna *đâu*?   Where is Miss Anna?

3.5   Questions about people

Đây là ai?   Who is this?
Anna là ai?   Who is Anna?

3.6   The question tag nhỉ

Nhỉ at the end of a sentence can be translated as the question tag 'isn't it', 'doesn't it', etc. It also has a variety of other meanings including 'don't you think?', 'I suppose', 'I wonder'.

Trông đẹp quá *nhỉ*?   It looks beautiful, *doesn't it?*
Đây là vợ ông phải không *nhỉ*?   This is your wife, *I suppose.*

3.7   'How much, how many, how long'

lâu   long   **bao lâu**   how long
nhiều   much, many   **bao nhiêu**   how much, how many

Tiền buồng mỗi ngày *bao nhiêu*?   (*lit.* The money for the room per day, *how much?*)
Thưa ông và cô định ở đây *bao lâu*?   (*lit.* You intend to stay *how long?*)

Notice that the question words come at the end of the question.

3.8   Questions with thế nào

Thế nào can mean 'what' as in:

Ông nói *thế nào*?   *What* did you say?
Ông làm *thế nào*?   *What* did you do?

Notice the position of the question words, at the end of the question.
It can also mean 'what about?' or 'how about?':

Còn ông *thế nào*?   *How about* you? *What about* you?

3.9 Questions with gì ('what'), nào ('which')

Gì is used with the classifier **cái** to mean 'what' or 'which one':

Đây là *cái gì*?	*What* is this?
Kia là *cái gì*?	*What* is that?
Ông muốn *cái nào*?	*Which one* do you want?

Notice that the question word comes at the end of the question. In **gì nữa** ('what else') the classifier **cái** is dropped.

Ông có cần *gì nữa* **không ạ?**   *What else* do you need, Sir?

3.10 Asking about quantity

The usual word for 'how much?' or 'how many?' is **bao nhiêu**.

Ông có *bao nhiêu* **tiền?**   *How much* money do you have?

Vietnamese does not have a different word for 'how many', but notice that you use the classifier with plural nouns:

Ông có *bao nhiêu* **cái bàn?**   *How many* tables do you have?

Mấy is used instead of **bao nhiêu** when you are asking about small numbers (1 to 10):

Ông có *mấy* **đồng?**	*How many* dong have you got?
Ông có *mấy* **cái ghế?**	*How many* chairs do you have?

In the above examples the speaker assumes that the answer will be fewer than 10.

Notice that **bao nhiêu** and **mấy** come before the noun you are asking about but at the end of the question.

3.11 Asking for confirmation

We saw that **phải** . . . **không** is roughly equivalent to question tags such as 'isn't it?'. The final particle **chứ** suggests even more strongly that you would like what you say to be confirmed.

Có lẽ chúng ta bắt đầu học **rồi** *chứ?*	Perhaps we may start the lesson, *shall* *we?*
Các bạn học xong rồi *chứ?*	My friends, you have finished studying, *haven't you?*

3.12 Asking about purpose

để làm gì	(*lit.* to do what, mean what for)
Anh sang Việt Nam *để làm gì?*	What have you come to Vietnam for?
Anh học tiếng Việt Nam *để làm gì?*	What have you learnt Vietnamese for?

3.13 Sao ('why, how, what')

Sao can be used as an interrogative pronoun as in:

***Sao* anh lại không thích làm cán bộ nhà nước?**	*Why* would you not like to work as a civil servant?

Sao can be used in a different way as in:

Đó chẳng phải cơ hội tốt cho anh đó *sao.*	So it is a good opportunity for you, isn't it ?

In these sentences the speaker does not require an immediate answer. In some cases the speaker is expressing his or her own opinion (this is roughly equivalent to the English 'isn't it' or 'surely').

3.14 Như thế nào ('how, what, in what way', etc.)

Anh nghĩ *như thế nào* về việc đầu tư của nước ngoài?	What do you think about forcign investment?
Anh nói thế là *như thế nào?* *or* **Anh nói thế là làm sao?**	How (in what way) do you say that?
Tôi không hiểu *như thế* là thế *nào.* *or* **Tôi không hiểu như thế là làm sao.**	I don't understand what is going on.

4 Prepositions and adverbial phrases

4.1 Here/there: đây/kia **or** ở đây/ở kia, đó, ở đó

Va-li cuả tôi *đây*.	My suitcase is *here*.
Cô Anna *kia* (kià).	Anna is over *there*.
***Đó* là cô Anna.**	*There* is Anna.

4.2 The preposition ở

We have seen that *ở* can mean 'in' as in:

Anh sống *ở* đâu?	Where do you live (*lit*. live *in* where)
Tôi sống *ở* Luân Đôn.	I live *in* London.

Ở can also mean 'from' as in:

Anh *ở* đâu đến?	Where do you come *from*?
Tôi *ở* Mỹ đến.	I come *from* America.

Notice that you would answer the above question by saying literally where you come from, not, as we might in English, by saying 'I'm American'.

4.3 Hơi . . . một chút (*'a little, hardly'*)

Chúng tôi đến có *hơi* sớm *một chút*.	We came *a little* early.
hơi* mệt *một chút	a little tired

4.4 Dữ (*'too much, so much'*)

Dữ can be used as an adverbial particle to modify the verb or adverb by indicating that something is done to excess. For example:

Sao biết nhiều *dữ* vậy.	You know *too* much!

4.5 The adverbial particle cũng

Cũng can be used to mean 'also, too, either', depending on the meaning of the whole sentence and its grammatical function used in the sentence. For example:

Anh đi em *cũng* đi.	As (If) you go, I will go *too*.
Anh không đi, em *cũng* **không đi.**	As (If) you do not go, I will not go *either*.

But **cũng** also has some different meanings and can function as a qualifying adverb frequently used to soften, downgrade or render indefinite or noncommittal the verb or the adverb which it modifies, as in:

Cô ấy khá đẹp.	She is quite pretty.
Cô ấy *cũng* khá đẹp.	She is quite pretty.

In the second sentence with **cũng** the meaning is made even more non-committal.

4.6 Cũng *meaning '-ever'*

Cũng has a very different meaning:

Cậu mua thứ gì *cũng* có.	What*ever* you want to buy, it is there.

Cũng in **thứ gì cũng** is a post-particle standing after the word which is modified by it. So we have:

ngày nào *cũng*	*every*day
bao giờ *cũng*	always, when*ever*
người nào *cũng*	*every*one
cái gì *cũng*	*every*thing

4.7 *Some words expressing location (e.g. 'inside, outside, in front of, behind')*

trong	in, inside, during, at
***trong* nước**	*inside* the country
ngoài, bên ngoài	outside
***Ngoài* trời đang mưa.**	It's raining outside.
trước, đằng trước	in front of
trước mắt	in front of (opposite)
sau, đằng sau	behind

4.8 'From . . . to': từ . . . đến, vào

từ **Hà Nội** *vào* **Sài Gòn**   *from* Hanoi *to* Saigon
từ **đầu** *đến* **cuối**   *from* the beginning *to* the end

In the above examples, **từ** and **đến**, **vào** act as prepositions like 'from . . . to'. Just as in English they can also be used to indicate a period of time as in:

Từ năm 1979 đến nay tôi   *Since* 1979 I have lived in America.
sống ở Mỹ.

5 Verb forms and time expressions

5.1 Tense

There are no tenses in Vietnamese. Whether a sentence refers to the past, present or future depends on the context and on the presence of such time words as 'yesterday', 'tomorrow' etc. There are, however, two tense markers in Vietnamese. **Sẽ** indicates future time and **đã** past time.

5.2 Sẽ *expressing the future*

Chúng tôi *sẽ* **chuyển hành lý**   We *will* take the luggage to the hotel.
về khách sạn.

Future sentences can be used, as in the example above, to make an offer or simply to predict what will happen:

Tôi *sẽ* **rất bận.**   I *will* be very busy.
Tôi *sẽ* **là thày giáo.**   I *will* be a teacher.

5.3 Another way of expressing the future

We can also use **rồi** ('then' or 'after that') to indicate the future.

Tôi sẽ ở khách sạn một tuần,   I will stay in the hotel one week *then* I
rồi về ở nhà đại sứ quán.   will go and live in the Embassy.

5.4 Đang *indicating present tense*

You have seen that we do not need to use any particular marker in Vietnamese to indicate present time. However, if we want to make explicit that an action is in progress we use **đang** immediately before the verb:

Tôi *đang* làm.	I *am* working.
Anh *đang* làm gì vậy?	What *are* you doing?
Anh *đang* đọc báo gì vậy?	What newspaper *are* you reading?
Tôi *đang* đọc báo 'Nhân dân'.	I *am* reading the 'Nhan dan'.

5.5 *Time expressions*

tháng này	this month
tháng trước	last month
tháng sau	next month
tuần này	this week
tuấn trước	last week
tuần sau	next week
năm nay	this year
năm ngoái, năm qua	last year
năm sau, sang năm, năm tới	next year
năm trước	the previous year *or* the year before
mười năm trước *or* cách đây mười năm	ten years ago
mười năm sau	after ten years
mười năm nữa	in ten years' time (*lit.* ten years more)
cách đây hai ngày	two days ago
cách đây hai tháng	two months ago
cách đây hai tuần	two weeks ago

5.6 *Expressing the past*

To express past time, add the past tense marker **đã** to the main verb:

Tôi đi.	I go. (I am going)
Tôi *đã* đi.	I *went*. (I *have gone*)

Notice that Vietnamese uses the same past form to express a simple past action ('I went') as well as the idea expressed by the English present perfect ('I have gone'):

Tôi *đã* đến Việt Nam.	I *came* to Vietnam. (I *have been* in Vietnam)
Tôi *đã* xem báo.	I *read* the newspaper. (I *have read* the newspaper)

5.7 Completed and uncompleted actions

Chưa is used as a final particle in a question to mean 'yet':

Anh đã có vợ *chưa*?	Have you got a wife *yet*?

In statements **chưa** means 'not yet'.

Tôi *chưa* có vợ.	I do *not* have a wife *yet*. (I am *not* married *yet*)

The final particle **rồi** used at the end of a sentence means 'already' and expresses the idea of a completed action.

Anh tắm *chưa*?	Have you had a bath *yet*?
Tôi tắm *rồi*.	I've had a bath *already*.

Rồi can also be used as a conjunction to connect two clauses. Here it has the idea of 'after that' or 'then'.

Tôi tắm *rồi* ngủ một tiếng.	I had a bath *then* slept for one hour.

5.8 Verb compounds

We have practised making noun compounds. We can also combine verbs:

đi	to go
ngủ	to sleep
đi ngủ	to go to bed

5.9 The auxiliary chắc

Chắc is roughly equivalent to 'probably' but can often be translated by 'must be' or 'I expect'. It frequently occurs in sentences expecting an affirmative answer (or confirmation). There is no overt question marker apart from the intonation.

Ở đây *chắc* dễ chịu lắm nhỉ.	*It must be* very pleasant in here.
***Chắc* là cô mệt lắm nhỉ.**	You are *probably* very tired.

Chắc là hôm nay cô ấy bận.   She is *probably* busy today.
Anh có *chắc* chắn là cô ấy   *Are you sure* she is coming?
 sẽ đến không?

Chắc là means 'probably'. **Chắc chắn** means 'to be sure'.

5.10 Trước khi *('before')*

Trước khi (đây) tôi sống ở Việt   *Before* I lived in Vietnam I lived in
Nam tôi đã sống ở Paris.   Paris.

We can also use **trước** on its own with the same meaning.

Trước năm 1975 tôi sống ở   *Before* 1975 I lived in Saigon.
 Sài Gòn.

5.11 Khi *('when')*

Khi tôi 12 tuổi, tôi bắt đầu   *When* I was 12 I started to learn music.
 học âm nhạc.

5.12 *Adverbs of frequency*

luôn luôn   always
Tôi thường hay uống cà phê   I often drink coffee in the morning.
 vào buổi sáng.
Nhà tôi thường là uống nước My wife usually drinks strong tea and
 chè đặc và cà phê đen.   black coffee.

5.13 Chưa *('not yet')*

Chưa can be used to refer to past, present or future time where in English
we would use the appropriate perfective form of the verb:

Bây giờ tôi *chưa* đi làm.   I *have* not yet gone to work.
Hôm qua tôi *chưa* đi làm.   Yesterday I *had* not yet gone to work.
Ngày mai tôi *chưa* đi làm.   Tomorrow I *will* not yet *have* gone to
       work.

5.14 The present perfect

Từng is also equivalent to the present perfect tense in English. For example:

Tôi đã *từng* ở Mỹ nhiều năm. I *have been* in the USA for many years.

Ông ấy đã *từng* làm đại sứ ở Sài Gòn. He *has worked* as an ambassador in Saigon.

5.15 Càng . . . càng . . . ('more . . . more . . .')

The auxiliary verb **càng . . . càng . . .** means 'more . . . more . . .'. For example:

Càng nhiều càng tốt. The *more* the better.
Càng sớm càng tốt. The *sooner* the better.
Càng uống càng say. The *more* you drink the *more* you get drunk.

5.16 Some more markers of time

cách đây   ago (*lit.* from now)
Cách đây hơn hai mươi năm tôi đã đến Việt Nam. More than twenty years ago I came to Vietnam.

Other time expressions:

trước đây   before, previously
sau đây   after that, afterward
hiện nay, bây giờ   now, at present
ngay bây giờ   right now, at this moment
lát nữa, chốc nữa   later, after a while
sau này   later, in the future
tương lai   future
quá khứ, dĩ vãng   the past
hiện tại   now

5.17 Phải, nên ('should')

Chúng ta nên làm gì?   What should we do?
Không *nên* uống nhiều.   You *should* not drink too much.

5.18 'For' and 'since'

Tôi đã ở Mỹ *được* năm năm. I have lived in America for five years.
Tôi đã ở Mỹ từ năm 1954. I have lived in America since 1954.

5.19 Other expressions of time

Lúc thì ... lúc thì ... ('sometimes ... sometimes ...')

Cô ấy *lúc thì* buồn, *lúc thì* vui. She is *sometimes* sad, *sometimes* happy.
***Lúc thì* anh có vẻ như bi quan, *lúc thì* lại lạc quan.** *Sometimes* you are pessimistic, *sometimes* optimistic.

Lúc, khi, lúc khi ('when, at that moment, at that time')

***Lúc* tôi đến trường là lúc trời đang mưa to.** At the time *when* I was going to school, it was raining heavily.
***Khi* tôi đi làm thì trời nắng, *khi* về thì trời mưa.** *When* I went to work it was sunny, *when* I came home from work it was raining.

Lúc này, khi này ('at this moment, at this time')

***Lúc này* tôi đang bận.** I am busy *at this moment*.

Lúc trước, khi trước ('before, previously')

***Khi trước* tôi không biết anh là ai. Bây giờ tôi biết anh là nhà triệu phú tốt bụng.** *Before* I did not know who you were. Now I know you are a nice millionaire.

5.20 Simultaneous actions and states

vừa ... vừa ('both ... and')

When two actions occur at the same time or two states exist simultaneously, each of the verbs denoting them is preceded by **vừa**. For example:

Đi xem phố bằng xe đạp *vừa* tiện *vừa* rẻ. Sightseeing by bicycle is *both* convenient *and* cheap.

5.21 Expressing the recent past

Vừa mới is used as an adverb to indicate a recent event, like 'just' in English. For example:

Cô ấy *vừa mới* đi.	She's *just* gone.
Tôi *vừà mới* đi làm về.	I've *just* come back from work.

6 Co-ordinators and connection

6.1 The co-ordinator thì

You will find the word **thì** used with a number of different meanings which you will have to learn as you encounter them. In the following example it is used to mean 'then'.

Chúng tôi làm việc từ thứ hai đến thứ sáu. Thứ bẩy và chủ nhật *thì* nghỉ.	We work from Monday to Friday, *then* we have Saturday and Sunday off.

Thì can also mean 'in this case' or might just be rendered in English by 'this':

Cám ơn ông. Thế *thì* tốt quá.	Thank you. This is very good. (*lit*. In this case it is very good)

6.2 Mặc dù ('although')

Mặc dù tôi sinh ra ở nước Mỹ, nhưng tôi vẫn là người Việt Nam.	Although I was born in the USA I am still Vietnamese.

6.3 Để ('in order to')

Tôi đến Việt Nam *để* làm ăn buôn bán.	I have come to Vietnam *to* do business.

6.4 Mà *meaning 'but'*

Mà acts as conjunction of contradiction with the meaning of 'but' in English ('surprisingly, contrary to expectation') as in:

Anh chỉ biết nói *mà* **không biết làm.**	You know how to say it, *but* do not know how to do it.

6.5 Mà *meaning 'in order to, so' or 'because'*

Mà can also connect two verbs or verb phrases indicating result or purpose. For example:

Anh đến thư viện *mà* **mượn sách.**	You go to the library *to* borrow books.

We can also use **nên** to replace **mà**.

6.6 Mà *used to emphasize what you have said*

Mà can also be used as a final particle to emphasize what the speaker has said. There is no easy translation for this meaning but you will probably learn to deduce it from the context. Here are some examples:

Tôi chỉ muốn đến thăm anh thôi *mà*.	I *only* want to come to see you. (nothing else)
Tôi không biết cô ấy *mà*.	I do not know her. (It's true, *as I told you* before)
Mình muốn biết về phong tục tập quán của Việt Nam *mà*.	I want to know about Vietnamese customs and habits. (I really want to know *so please tell me*)

6.7 Không phải chỉ . . . mà còn . . . *('not only . . . but also . . .')*

Mà can also be used as a conjunction as part of the construction **không . . . mà**:

> **Không phải** chỉ có tiền, có vốn, **mà còn** phải có tài kinh doanh nữa.
>
> You need *not only* money *but also* ability to be in business.

6.8 The conjunction hơn nữa ('furthermore, besides')

> **Tôi không có tài đi buôn,** *hơn nữa* **cũng làm gì có tiền.**
>
> I have no ability to be in business, *besides* I have no money.

Key to exercises

The learner should note that for some exercises no key is given.

Lesson 1

Exercise 3

1 Who are you? I am Nam. 2 Where are you going? I am going to sell oranges. 3 Who works in the bank? I work in the bank. 4 What's your name? My name is Nam.

Exercise 4

1 My country is Vietnam. 2 My country is England. 3 Your country is America. 4 Who is going to buy orange juice? 5 I am going to buy orange juice. 6 Mr Nam is going to buy orange juice. 7 Where are you going? 8 I am going to the bank. 9 What are you going to the bank for? 10 I am going to the bank to work. 11 Where are you going? 12 I am going to America. 13 What you are going to America for? 14 I am going to America to work. 15 What is your name? 16 My name is Nam.

Lesson 2

Exercise 1

1 Tôi là Nam. 2 Bạn tôi Joan Harris là nhà ngoại giao. 3 Bạn tôi anh Steve Chambers là thày giáo. 4 Đây là vợ tôi/chồng tôi. 5 Đây là bạn tôi James và Karen là nhà ngoại giao. 6 Đây là cô giáo cuả tôi, cô Huân. 7 Đây là bạn tôi anh Joe, viên chức Bộ Ngoại Giao.

Exercise 2

Chào anh Kiên. Anh khỏe không?
Cám ơn, tôi khỏe. Còn anh thế nào?

Tôi cũng khỏe. Cám ơn.

Exercise 3

1 Cô ấy là cô giáo phải không? 2 Ông ấy là nhà ngoại giao phải không? 3 Ông ấy là Trần Hoàn phải không? 4 Ông ấy là viên chức ngoại giao phải không?

Exercise 4

1, 2, 3 Tôi không phải là nhà ngoại giao, thày giáo, Andrew Bond. 4, 5, 6, 7 Cô ấy không phải vợ tôi, bạn tôi, Anna Dean, cô giáo cuả tôi.

Exercise 5

1 Tôi bận lắm. 2 Tôi mệt lắm. 3 Bạn tôi, cô Anna, bận lắm. 4 Bạn tôi, James và Karen, mệt lắm. 5 Tôi và bạn tôi bận/mệt lắm.

Exercise 6

1 Cô có bận lắm không? 2 Bạn cô, anh Lê, có bận lắm không? 3 Bạn cô, cô Trân và cô Vũ, có bận lắm không?

Exercise 7 (examples)

1 Vợ tôi mệt. 2 Chồng tôi là nhà ngoại giao.

Exercise 8

1 a) Cô Trân là viên chức ngoại giao. Cô dạy tiếng Anh. Cô ấy làm việc mười hai giờ một ngày. Cô ấy mệt lắm. b) Ông Lê và ông Trần là viên chức Bộ Ngoại Giao. Hai ông không bận lắm. Họ về nhà sớm. 2 Chào cô Trân. Cô bận lắm không? Tôi bận lắm. Còn ông? Tôi không bận lắm.

Exercise 9

1 Vợ tôi là cô giáo. 2 Chồng tôi mệt lắm. 3 Bạn tôi bận lắm. 4 Bạn tôi là viên chức ngoại giao. 5 Chồng tôi không phải là thày giáo. 6 Bạn tôi không mệt lắm. 7 Anh Jo có phải là viên chức ngoại giao không?

Exercise 10

1 Đây là Hà Nội. 2 . . . sân bay. 3 . . . nhà tôi. 4 . . . Bộ Ngoại Giao.
5 . . . Bộ Giáo Dục. 6 . . . nhà bạn tôi. 7 . . . khách sạn Hilton.

Exercise 11 (example)

Hà Nội cũng đẹp đấy nhỉ.

Exercise 12

1 Anh có nhà không? 2 Anh có vợ chưa? 3 Anh có ô tô không? 4 Đà
Nẵng có sân bay không? 5 Bạn anh cô Sally có chồng chưa?

Lesson 3

Exercise 1

1 Tôi sẽ đưa ông ra sân bay. 2 . . . đến Bộ Ngoại Giao. 3 . . . khách sạn
the Sun. 4 . . . Hà Nội. 5 . . . về nhà ông.

Exercise 2 (examples)

Ông chuyển hành lý về khách sạn cho tôi.
Ông đưa vợ tôi ra sân bay.

Exercise 3 (examples)

Còn anh Huân thì sao, anh ấy khoẻ không?
Sân bay thì sao, có hiện đại lắm không?

Exercise 4

1 a) . . . cách đây có xa không? b) A cách B có xa không? 2 Không xa.
Xa lắm.

Exercise 5

Ông Bond, bạn tôi, sẽ đón ông. Sân bay cách Pari khoảng chừng mười tám
cây số. Ông Bond sẽ chuyển hành lý cuả ông đến khách sạn. Khách sạn
cách sân bay khoảng chừng sáu cây số. Khách sạn cách Bộ Giáo Dục
không xa lắm.

Exercise 6

1 Khách sạn cách sân bay có xa không? 2 Còn Bộ Ngoại Giao thì sao?
3 Khách sạn cách Hà Nội có xa không? 4 Ông Hồ có phải là viên chức
Bộ Giáo Dục không? 5 Bà Hồ có phải là nhà chính trị không? 6 Ông có
máy chữ không?

Exercise 7

1 Tôi sẽ là thày giáo. 2 Bạn tôi sẽ là nhà chính trị. 3 Tôi sẽ là nhà ngoại
giao. 4 Tôi sẽ là viên chức nhà nước. 5 Bạn tôi sẽ là thày cô giáo.

Exercise 8

1 Anh có khoẻ không. Anh mệt phải không? Vợ anh có khỏe không? Tôi
sẽ đưa anh về khách sạn Hilton. 2 Bà có phải là bà Huân không? Bà là cô
giáo phải không? Ông nhà có khỏe không? Tôi sẽ đưa hành lý của bà về
khách sạn the Sun. 3 Từ khách sạn đến sân bay xa lắm. Nhưng rất gần Bộ
Ngoại Giao.

Exercise 9

go to the airport, see a friend in the hotel, take his friend's luggage to the
hotel, see an official of the Foreign Ministry, invite friend to go to his
home.

Exercise 13 (examples)

Vâng, ông ấy là viên chức Bộ Ngoại Giao Anh.
Không, khách sạn Thắng Lợi không xa lắm.

Exercise 14

Do it by yourself.

Exercise 15

1 Bà Bond ở đâu? 2 Đại sứ quán Việt Nam ở Luân Đôn ở đâu? 3 Sân
bay Luân Đôn ở đâu? 4 Bà Hoàn ở đâu? 5 Chồng bà Toàn ở đâu? 6 Bộ
Ngoại Giao ở đâu?

Exercise 16

1 Thế à, vậy bà ấy nên nghỉ ở nhà. 2 Thế thì ông mệt lắm phải không?
3 Thế thì ông nên chuyển khách sạn. (move to other hotel) 4 Thế thì nên mua xe mới. 5 Vậy thì nên chuyển đến khách sạn gần hơn. 6 Vâng, nhưng biết làm sao được. (yes, but how can we do)

Exercise 17

1 Tôi đi ngủ. 2 Anh đi mua bán. 3 Chúng ta đi chơi. 4 Ông Nam đi làm. 5 Tôi đi máy bay đi Việt Nam. 6 Sue và Angela đi ô tô đi học.

Lesson 4

Exercise 1

1 Ông ấy là viên chức Bộ Ngoại Giao Anh phải không? 2 Đây là khách sạn Hilton phải không? 3 Từ khách sạn Thắng Lợi đến Bộ Ngoại Giao xa lắm phải không? 4 Đại sứ quán Anh gần hồ Tây Hà Nội phải không? 5 Vợ ông Huân là cô giáo phải không? 6 Bà Bond ở Hà Nội phải không?

Exercise 2

1 Đại sứ quán Anh ở gần hồ Tây Hà Nội. 2 Khách sạn Thắng Lợi ở gần hồ Tây Hà Nội. 3 Bộ Giáo Dục ở đường Lê Thánh Tôn. 4 Bộ Ngoại Giao ở phố Diện Biên Phủ. 5 Sân bay ở Nội Bài Đa Phúc. 6 Tôi không biết.

Exercise 3

Hai người này tên là gì? Họ là người Anh hay người Mỹ? Đây là khách sạn Thắng Lợi phải không? Họ là vợ chồng phải không? Họ là bạn ông Bond phải không?

Exercise 4

1 Đại sứ quán Anh trông đẹp quá nhỉ. 2 Đây là chồng bà ấy phải không nhỉ. 3 Đây là va-li của ông ấy phải không nhỉ. 4 Ông Hùng là quản lý khách sạn phải không nhỉ. 5 Sân bay xa hồ Tây phải không nhỉ. 6 Bà Hoàn ở Hà Nội phải không nhỉ.

Exercise 5

Chắc khách sạn Thắng Lợi ở Hà Nội.
Chắc ông Hùng là quản lý khách sạn.
Chắc ông Hoàn là nhà chính trị.
Chắc khách sạn Hilton xa hồ Tây Hà Nội.
Chắc sân bay rất vui.
Chắc Bộ Giáo Dục gần Bộ Ngoại Giao.
Chắc ông Bond là nhà chính trị.
Chắc khách sạn Thắng Lợi đẹp lắm.

Exercise 6

1 Vậy à, anh mệt lắm không? Anh uống nước cam nhé. 2 Thế à, vậy chắc cô ấy mệt lắm. 3 Thế thì tốt quá. Chắc bà vui lắm phải không? (Thế thì tốt quá. Xin chúc mừng bà.) 4 Thế thì tốt quá. Cám ơn ông nhiều lắm. 5 Thế thì ông ấy giàu lắm. Tôi mừng cho ông ấy. 6 Còn xa mới đến Sài Gòn à. Vậy thì mệt quá.

Exercise 7

1 The Thang Loi hotel is close to Hanoi's western lake. 2 It is not very far from the airport to the Thang Loi hotel. 3 The Thang Loi hotel is very beautiful. 4 It's probably very pleasant to live in the Thang Loi hotel. 5 Anna is not a teacher. 6 She is an official of the British Foreign Office. 7 Anna looks very pretty, doesn't she? 8 Yes, she is very pretty. 9 The Thang Loi hotel is very beautiful, isn't it? 10 Yes, it's very beautiful. 11 It's very pleasant here, isn't it? 12 Yes, it is. 13 Thank you very much. 14 Not at all.

Exercise 8

1 May I introduce myself; I am Nguyen Khoa, the manager of the hotel. 2 May I introduce Mr Minh, the manager of the airport hotel. 3 May I introduce Mr James Williams, the British ambassador in Hanoi. 4 May I introduce myself; I am an official of the Foreign Ministry of Vietnam. 5 May I introduce Mr Hien and his wife Mai.

Exercise 9

1 Tôi xin phép được giới thiệu; đây là ông Andrew và cô Anna. 2 Tôi xin phép được giới thiệu; đây là cô giáo Huân của tôi. 3 Tôi xin phép

được giới thiệu; đây là ông Xanh, quản lý khách sạn Hilton. 4 Tôi xin phép được giới thiệu; đây là cô Van, phụ trách sân bay. 5 Tôi xin phép giới thiệu; đây là bà Hoa, cán bộ Bộ Giáo Dục. 6 Tôi xin phép được giới thiệu; ông An, Đại sứ Việt Nam ở Luân Đôn.

Exercise 10

1 Tôi ở Mỹ đến. 2 Cô Anna là cô giáo. 3 Ông Bond từ Anh đến. 4 Ông ấy sống ở Đại sứ quán Anh ở Hà Nội. 5 Cô ấy làm việc ở trường đại học. 6 Ông ấy sống và làm việc ở Hà Nội.

Exercise 11

1 Please speak slowly. 2 Could you repeat that please. 3 Please come in. 4 Please take a seat. 5 May I introduce my friend Miss Anna Bond. 6 I'm sorry, I'm late. 7 Ladies and gentlemen, please come in. 8 I beg your pardon, I don't understand, please say it again.

Exercise 12

1 Xin mời các ông các bà vào trong này, và xin mời các vị ngồi. 2 Xin lỗi ông, tôi không hiểu. Xin ông nói lại. 3 Xin ông nói chậm. 4 Tôi xin phép được giới thiệu; Ông Trần Hoàn, chủ nhiệm khách sạn. 5 Ông kia là ai? 6 Ông Williams là ai? Có phải ông ấy là Đại sứ Anh ở Hà Nội không? 7 Ông Dean và cô Bond sống và làm việc ở đâu? 8 Đại sứ Pháp ở Hà Nội ở đâu?

Exercise 13

1 Cán bộ Bộ Ngoại Giao Việt Nam. 2 Viên chức Bộ Ngoại Giao Úc. 3 Viên chức Bộ Giáo Dục Anh. 4 Nhân viên Đại sứ quán Pháp. 5 Cán bộ Đại sứ quán Việt Nam.

Exercise 14

1 người Việt Nam. 2 người Úc. 3 người Anh. 4 người Trung Quốc. 5 người Mỹ. 6 người Pháp. 7 người nước ngoài, người ngoại quốc.

Lesson 5

Exercise 1

1 Anh sẽ ở khách sạn bao lâu rồi chuyển đến ở Đại sứ quán Việt Nam, rồi dọn đến ở nhà riêng. Bao giờ anh định đi Pari và anh định ở đó bao lâu. 2 Vợ anh sẽ ở sân bay, Bộ Ngoại Giao, Bộ Giáo Dục, Đại sứ quán Anh và ở nhà bao lâu.

Exercise 2

Tôi định ở khách sạn Thắng Lợi Hà Nội hai ngày và khách sạn Hilton một tuần.
Ở Sài Gòn tôi sẽ ở khách sạn Majestic hai tháng và Grand hotel một ngày.
Ở Đà Nẵng tôi sẽ ở khách sạn Đà Nẵng một tháng và khách sạn Yên Bình hai tuần.

Exercise 3

Thuê buồng ở khách sạn bao nhiêu tiền một ngày, một tuần, một tháng.
Thuê ô tô bao nhiêu tiền một ngày, một tuần, một tháng.
Thuê xe máy bao nhiêu tiền một ngày, một tuần, một tháng.

Exercise 4

1 Tôi dịnh đi làm ở Việt Nam. 2 Tôi định ở Việt Nam sáu tháng. 3 Cô Anna định đến nhà tôi chơi. 4 Anh có định làm ăn buôn bán gì không? 5 Dân số Việt Nam là bao nhiêu? 6 Cái này bao nhiêu tiền? 7 Anh định đi Mỹ bao lâu? 8 Có thể nói là anh ấy rất tốt. 9 Anh có thể ở nhà tôi. 10 Ai có thể đi Úc? 11 Ai có thể làm việc này?

Exercise 5

1 Tôi xin giới thiệu; đây là bạn tôi; ông Tâm. 2 Tôi xin phép được tự giới thiệu; Tôi là Minh, cán Bộ Ngoại Giao. 3 Thưa ông, ông định ở đây bao lâu? 4 Tôi ở khoảng chừng hai tuần. 5 Tôi cũng có thể ở lâu hơn.

Exercise 6

1 Mười đô la. 2 Dạ, có. 3 Khoảng chừng ba tuần. 4 Hai tuần. 5 Ở phố Lý Thường Kiệt. 6 Ông ấy chưa đến. 7 Dạ, được.

Exercise 7

10; 12; 20; 25; 35; 44; 55; 66; 77.

Exercise 8

mười một; hai mươi mốt; ba mươi tư; bốn mươi nhăm (lăm); sáu mươi sáu; bảy mươi bảy; tám mươi tám; chín mươi chín; một trăm lẻ một; hai mươi hai; ba mươi mốt; năm mươi tư; sáu mươi ba; bảy mươi lăm; chín mươi bảy; tám mươi chín; một trăm mười một; một trăm hai mươi mốt; một trăm ba mươi tư; một trăm ba mươi lăm.

Exercise 9

1 Ông làm việc ở Hà Nội phải không? 2 Ông làm việc ở đâu? 3 Ông sống ở đâu? 4 Bạn ông sống và làm việc ở đâu? 5 Bạn ông lấy vợ chưa? 6 Ông sống một mình phải không?

Exercise 10

1 Anna is on holiday in the USA. 2 Bìn is working in the Ministry of Education in Paris. 3 Cầm is living in London with a friend. His wife is living in Paris. 4 Dana is living on her own in Hai Phong. 5 John is working in Australia. 6 Robert is working in the airport in Hanoi. His wife is working at the university.

Exercise 11 (example)

Ông ở nước nào đến?
Tôi ở Việt Nam đến.
Ông đến Anh thăm ai?
Thăm con trai tôi.
Con ông sống ở đâu?
Số nhà 10 King Road, London.
Ông định ở nước Anh bao lâu?
Tôi muốn kiếm việc làm và sinh sống ở đây với con tôi.
Không, không được. Ông chỉ được ở chơi thăm gia đình ba tháng thôi.
Dạ, cám ơn.

Exercise 12

1 Sống một mình thì buồn lắm. 2 Sống với bạn thì vui. 3 Học tiếng Việt Nam hay lắm. 4 Sống ở Luân Đôn tốt lắm. 5 Học một mình chán lắm. 6 Đi nghỉ phép ở Úc vui lắm.

Exercise 13

1 Ông An ở Úc một năm, ở Pháp sáu tháng. 2 Cô Ba làm ở Mỹ ba năm, ở Luân Đôn mười tháng. 3 Ông Cầm ở Pháp một năm, ở Anh ba tháng. 4 Ông John ở Sydney hai năm, ở Perth ba tháng, ở Úc năm năm, làm việc ở sân bay một năm và trường đại học một năm.

Lesson 6

Exercise 1

Ông Hoàn thích cái nhà nhỏ hơn và đến nơi làm việc thuận lợi hơn. Bà Hoàn thích cái nhà to hơn và yên tĩnh hơn. Đi mua bán thuận tiện hơn và rẻ hơn. Ông Hoàn thích cái nhà đẹp hơn.

Exercise 2

1 Ông có thích ô tô Anh không? Tôi thích ô tô Pháp hơn. 2 Ông có thích khách sạn Pháp không? Tôi thích khách sạn Anh hơn. 3 Ông có thích hiệu ăn Trung Quốc không? Tôi thích hiệu ăn Việt Nam hơn. 4 Ông có thích nhà to không? Tôi thích nhà nhỏ hơn.

Exercise 3

Ông thích hiệu nào hơn?
Tôi thích hiệu kia, rẻ hơn và tốt hơn.
Tôi thích hiệu này, gần hơn và thuận tiện hơn.

Exercise 4

Andrew nói tiếng Việt Nam tốt hơn nói tiếng Pháp. Anna nói tiếng Việt Nam tốt hơn tiếng Nhật. Ông Hoàn nói tiếng Thái Lan tốt hơn tiếng Ý.

Exercise 5

1 We will take your luggage to the hotel. 2 We will take your luggage to your room. 3 We will send someone to take you to Saigon. 4 We will take your luggage to the Embassy. 5 We will ask someone to take your luggage to the airport. 6 We will take your luggage to your house.

Exercise 6

1 Tôi thích ở gần. 2 Ở đây tiện hơn. 3 Ở đây gần hơn. 4 Ở đây yên tĩnh hơn. 5 Tôi thích buồng rộng hơn. 6 Tôi thích buồng này.

Exercise 7

Buồng có rộng không? Buồng có máy lạnh không? Buồng có bồn tắm không? Có tắm hoa sen không? Buồng có yên tĩnh không? Từ buồng ra nhà ăn có gần không? Trong buồng có nhà vệ sinh không? Tiền buồng bao nhiêu một ngày? Trong buồng có TV không?

Exercise 8

1 Trên bàn có phích không? 2 Cửa hàng có gần hiệu ăn không? 3 Trong nhà vệ sinh đã có giấy vệ sinh chưa? 4 Ông đã ngủ mấy tiếng rồi? 5 Chăn màn đã sẵn sàng chưa?

Exercise 9

1 Chăn màn đã sẵn sàng chưa? 2 Trong nhà vệ sinh đã có giấy vệ sinh chưa? 3 Trong buồng đã có phích nước đá và nước nóng chưa? 4 Trong nhà tắm đã có khăn mặt chưa? 5 Trong buồng đã có thuốc đánh răng chưa? 6 Trong phòng tắm đã có xà phòng chưa?

Exercise 10

1 Tôi muốn tắm mười phút. 2 Tôi muốn ngủ hai giờ. 3 Tôi muốn ăn nửa giờ. 4 Tôi không muốn xem TV. 5 Tôi đọc một giờ.

Exercise 11

Hôm qua anh tắm bao lâu, anh ngủ mấy giờ, anh xem TV bao lâu, anh đọc báo lâu không, anh ăn cơm có đến hai tiếng không?

Exercise 12

Put **phiền** at the beginning of each sentence.

Exercise 13

1 Tôi tắm rồi. 2 Tôi ngủ rồi. 3 Tôi ăn cơm rồi. 4 Tôi xem báo rồi.
5 ´Tôi uống cà phê rồi.

Exercise 14

1 Cô Anna tắm chưa? 2 Ông bà Hoàn đã ăn cơm chưa? 3 Ông ngủ
chưa? 4 Ông xem báo chưa? 5 Ông uống cà phê chưa?

Lesson 7

Exercise 1

1 Không, ông ấy không phải là viên chức Bộ Ngoại Giao. 2 Ông ấy làm
việc ở trường đại học. 3 Ông Bond và cô Anna gặp ông Bùi Tam.
4 Ông Bond nói tiếng Việt khá lắm. 5 Ông Tam nói tiếng Anh tốt lắm.
6 Cô Anna học ở đại học Luân Đôn. Ông Bond học ở Bộ Ngoại Giao
Anh.

Exercise 2

Mr Tam is not an official of the Foreign Ministry. He is a professor at
Hanoi university. He does not live in the Thang Loi hotel. He does
not work in the Foreign Ministry of Vietnam either. He works at the
university. He met Mr Bond and Miss Anna at Hanoi university. He said:
'I am very pleased to meet you, Mr Bond and Miss Anna'. Mr Bond said:
'I am very pleased to visit the country of Vietnam.'

Exercise 3

Vậy ông Bùi Tam là giáo sư. Như vậy là ông ấy làm việc ở trường đại học.
Ông ấy gặp cô Anna và ông Bond ở đâu vậy? Ông ấy nói sao? Ông Bond
nói gì vậy?

Exercise 4

Cô có bao nhiêu tiền? Cô có bao nhiêu cái bàn, bao nhiêu cái ghế, bao nhiêu cốc, đĩa và mấy trăm ngàn đồng?

Exercise 5

1 Anh đã ở Hà Nội bao lâu? 2 Các anh có bao nhiêu cái ghế? 3 Cô ấy có bao nhiêu tiền? 4 Họ ở Luân Đôn mấy ngày? 5 Anh sẽ đi Mỹ bao lâu? 6 Họ ở Hà Nội mấy ngày?

Exercise 6

1 Quyển sách này bao nhiêu tiền? Hai ngàn đồng. 2 Cái ghế này bao nhiêu tiền? Năm ngàn đồng. 3 Cái bút này bao nhiêu tiền? Ba ngàn. 4 Cái cốc này bao nhiêu tiền? Một nghìn. 5 Cái đĩa này bao nhiêu tiền? Hai ngàn rưỡi.

Exercise 7

Anh đi chơi như thế nào? Có vui không? Anh thuê ô tô đi chơi hay thuê xe máy? Anh ăn uống ra sao? Anh vừa nói sao?

Exercise 8

A: Chào anh Viên, anh khoẻ không? Đi đường có mệt lắm không? Hoan nghênh anh đến Luân Đôn. V: Chào anh, cám ơn anh. Tôi khoẻ. Cũng mệt ít thôi. A: Anh đến Luân Đôn học tiếng Anh phải không? V: Vâng, tôi định học ở đây hai năm. A: Vậy thì anh sẽ nói tiếng Anh giỏi lắm. V: Chắc là không giỏi được bằng anh nói tiếng Việt Nam. A: Cám ơn anh quá khen. Xe đây, mời anh lên xe. V: Cám ơn anh nhiều lắm.

Exercise 9

1 Cô ấy nói được ít thôi. 2 Ông ấy nói được ít lắm. 3 Ông bà ấy nói được chút ít thôi. 4 Tôi chỉ nói được tí chút thôi. 5 Ông ấy chỉ nói được vài câu. 6 Nói được mỗi một tiếng Tokyo là Tokyo.

Exercise 10

Thưa ông Trần Hoàn, Ông nói được tiếng Pháp chứ ạ?
Vâng tôi nói khá tốt.

Còn bà nhà thì sao?
Nhà tôi biết ít thôi. Nhưng bà ấy nói tiếng Đức, tiếng Ý và tiếng Anh rất
  giỏi.
Ông bà có biết nói tiếng Trung Quốc và tiếng Nhật không?
Tôi chỉ biết một câu: Nỉ hảo. (Hello)
Cô Anna, Những người bạn Úc của cô biết nói những thứ tiếng gì?
Họ biết nói tiếng Pháp, tiếng Ý và tiếng Nhật không?

Exercise 11

1 Xin lỗi, hôm nay tôi không gặp anh được. Tôi bận quá. 2 Xin lỗi, tôi
không đi Pari với anh được. Tôi phải đi làm. 3 Xin lỗi, tôi không đến
khách sạn gặp anh được. Tôi phải đi học. 4 Xin lỗi, tôi không đưa hành
lý của vợ anh đến khách sạn được. Tôi không được khỏe.

Exercise 12

1 John, Anna and Kirsty came to Vietnam to study Vietnamese at Saigon
university. 2 John studied three hours a day, three days a week: Monday,
Wednesday and Friday. 3 Anna studied three hours a day on Monday,
Tuesday, Thursday and Friday. 4 Kirsty studied three hours a day, five
days a week: from Monday to Friday. 5 They studied for three months.
They speak Vietnamese quite well.

Exercise 13

Bạn học bao nhiêu giờ một tuần? Bạn học bao lâu rồi? Bạn học ở đâu? Bạn
học mấy giờ một ngày?

Exercise 14

1 Chị mua bốn cái ghế bao nhiêu tiền? 2 Cái bút này chị mua bao nhiêu
tiền? 3 Mấy cái đĩa này chị mua bao nhiêu tiền? 4 Chị mua sáu cái cốc
này bao nhiêu tiền?

Exercise 15

1 Dân số Trung Quốc là một tỷ mốt. 2 Dân số Việt Nam là bảy mươi
triệu. 3 Dân số nước Anh là năm mươi nhăm triệu. 4 Dân số nước Mỹ
khoảng chừng hơn hai trăm triệu. 5 Dân số nước Pháp khoảng chừng sáu
mươi triệu. 6 Dân số nước Đức khoảng chừng tám mươi triệu. 7 Dân
số nước Ý khoảng chừng sáu mươi triệu. 8 Dân số nước Nhật khoảng
chừng hơn một trăm hai mươi triệu.

Exercise 16

1 Dân số nước Mỹ khoảng chừng hơn hai trăm triệu. 2 Dân số nước Đức hơn tám mươi triệu. 3 Dân số nước Ý khoảng chừng sáu mươi triệu. 4 Dân số Luân Đôn là tám triệu. 5 Dân số Hà Nội là ba triệu. 6 Dân số Sài Gòn là năm triệu.

Exercise 17

1 Năm nay anh bao nhiêu tuổi? 2 Vợ anh năm nay bao nhiêu tuổi? 3 Con gái bé cuả anh mấy tuổi? 4 Ba anh bao nhiêu tuổi? 5 Con trai anh bao nhiêu tuổi?

Exercise 18

Mr Xuan is seventy this year. His wife is eighteen. His father is a hundred and one. He has two sons. The older one is fifty years old, the younger one is only eighteen months old.

Exercise 19

Gia đình tôi có năm người; bố mẹ tôi, tôi và một em trai, một em gái.
Ba anh năm nay bao nhiêu tuổi?
Ba tôi sáu mươi tư.
Má anh bao nhiêu tuổi?
Má tôi năm mươi chín.
Còn em trai và em gái anh?
Em trai tôi hai mươi ba. Em gái tôi mười tám.
Ngoài tiếng Anh gia đình anh còn biết nói những thứ tiếng nào?
Ba mẹ tôi còn biết nói tiếng Pháp và tiếng Đức. Em trai tôi biết nói tiếng
      Ý. Em gái tôi biết nói tiếng Tây ban Nha. Còn anh?
Tôi ba mươi tuổi và kém nhất nhà, chỉ biết nói tiếng Anh và chút ít tiếng
      Việt Nam thôi.

Exercise 20

1 Germany 2 the French language 3 Italy 4 China 5 the Japanese language 6 the Thai language

Lesson 8

Exercise 1

1 1980 study at University of London 2 1984 work as diplomat
in Italy 3 1987 do business in Japan 4 1989 work as hotel manager
5 1990 learn French and go to France to work as ambassador in Paris
6 1991 come back to UK to get married, buy house, nice car

Exercise 2

1 Năm 1987 tôi bắt đầu học tiếng Việt Nam. 2 Năm ngoái tôi bắt đầu
làm công việc hiện nay. 3 Cách đây hai năm tôi sang Ý buôn bán. 4 Năm
tôi lên bốn tôi bắt đầu học tiếng Anh. 5 Năm hai mươi lăm tuổi tôi lấy
vợ. 6 Mãi năm nay tôi mới đủ tiền mua được chiếc xe BMW mới.

Exercise 3

1 Ông An là người Việt Nam. 2 Cô Jannet là người Pháp. 3 Ông John
là người Bỉ. 4 Ông Bond là người Anh. 5 Cô Sue là người Úc. 6 Cô
Zhon là người Trung Quốc.

Exercise 4

1 Cô ấy sang Việt Nam du lịch. 2 Anh ấy sang Việt Nam để làm việc.
3 Anh ấy sang Việt Nam để du lịch. 4 Cô ấy học tiếng Việt với sự giúp
đỡ của các bạn Việt Nam. 5 Anh ấy mang quốc tịch Pháp.

Exercise 5

1 Anh đến Luân Đôn để học tiếng Anh hay đi làm? 2 Cô đến Pari để
học tiếng Pháp hay đi du lịch? 3 Anh là người Hà Lan hay người Đức?
4 Anh là người Thái hay người Việt Nam? 5 Anh nói tiếng Pháp hay
tiếng Đức?

Exercise 6

1 thứ ba, 2 thứ năm, 3 thứ hai mươi hai, 4 thứ mười ba, 5 thứ mười
sáu, 6 thứ hai mươi hai, 7 thứ mười bốn, 8 thứ hai mươi tám, 9 thứ
chín.

Exercise 7

1 Bạn tôi tự giới thiệu. 2 Tôi tự học tiếng Anh. 3 Ba tôi tự làm việc đó.
4 Chúng tôi quen biết nhau ở Pari. 5 Chúng tôi tự đến nước Anh.

Exercise 8

1 Anh học tiếng Pháp để làm gì? 2 Vì sao anh đi Úc? 3 Anh học âm
nhạc làm gì? 4 Tại sao anh thích làm việc ở sân bay? 5 Anh đi Trung
Quốc để du lịch hay buôn bán?

Exercise 9

1 Tôi xin giới thiệu; đây là cô Anna bạn tôi. 2 Tôi xin tự giới thiệu; tôi
là Nam, cán bộ Ngoại Giao. 3 Tôi tên là Minh. 4 Trước khi vào bài học
xin các bạn làm quen với nhau. 5 Anh Michele là người Hà Lan. 6 Gia
đình ông Bùi Tâm sống ở Hà Nội. 7 Tôi sang Việt Nam du lịch và nhân
tiện muốn học thêm tiếng Việt Nam. 8 Tôi sang Mỹ du lịch và nhân tiện
muốn lấy cô vợ Mỹ.

Exercise 10

1 Trung Quốc, 287, thứ nhất; Mỹ, 187, thứ nhì; Úc, 155, thứ ba; Đức, 90,
thứ tư; Anh, 86, thứ năm; Pháp, 75, thứ sáu; Hà lan, 6, thứ bảy. 2 Mỹ,
787, thứ nhất; Anh, 286, thứ nhì; Đức, 190, thứ ba; Trung Quốc, 87, thứ
tư; Hà Lan, 56, thứ năm; Úc, 15, thứ sáu; Pháp, 5, thứ bảy.

Exercise 11

Put **phải không** at the end of each sentence. For example: 1 Đà Nẵng ở
miền Bắc Việt Nam phải không?

Exercise 12

1 Ông đến nước Anh du lịch phải không? 2 Ông sẽ ở đây bao lâu?
3 Ông có bao nhiêu tiền? 4 Ông đã ở Pari bao lâu? 5 Có phải đây là lần
đầu tiên ông đến nước Anh không? 6 Khi ở Hà Lan ông có đi làm
không? 7 Khi ở Pari ông có học tiếng Pháp không? 8 Mẹ ông (Bà cụ
thân sinh ra ông) quốc tịch gì?

Exercise 13

1 Xin lỗi, tôi không nói được tiếng Việt Nam. Tôi tự học tiếng Việt hai
năm, nhưng tôi chỉ nói được ít thôi. 2 Hôm thứ sáu tôi không gặp ông
được. Tôi đến Hà Nội vào ngày thứ bảy. 3 Xin lỗi, Tôi không gặp ông
vào ngày thứ năm được. Tôi phải đi Mỹ. 4 Tôi muốn mua khoảng chừng
một trăm cái bàn. Tất cả bao nhiêu tiền? Ông có bao nhiêu cái bàn? Ông
có ghế không? 5 Chúng ta có thể gặp nhau ở tiệm ăn Pháp. Nó nhỏ hơn
và yên tĩnh hơn là tiệm ăn ở khách sạn Hilton.

Exercises 14 and 15

Do it yourself then check it with your dictionary.

Lesson 9

Exercise 1

Tám giờ. Mười một giờ ba mươi. Mười sáu giờ hai mươi lăm. Hai mươi
bốn giờ.

Exercise 2

Anh muốn mua gì? Tôi muốn mua một quyển tự điển Việt–Anh; Cô muốn
mua gì? Tôi muốn mua một cái TV; Chị muốn mua gì? Tôi muốn mua một
cái bàn.

Exercise 3

Ông muốn mua mấy cuốn sách, mấy tờ báo, mấy quyển tự điển, mấy cái
bút, bao nhiêu tờ giấy, bao nhiêu bàn chải đánh răng, mấy cái TV, mấy cái
máy chữ, mấy cái bàn?

Exercise 4

Ông muốn mua tờ báo nào? Tôi muốn mua tờ báo 'Nhân Dân'; Ông muốn
mua tự điển nào? Tôi muốn mua tự điển Việt–Anh; Ông mua bút nào? Tôi
mua bút máy; Ông mua giấy gì? Giấy viết thư; Ông muốn mua bàn chải
đánh răng nào? Cái nào cũng được; Ông mua TV nào? TV Nhật; Ông mua
máy chữ nào? Máy chữ Mỹ; Ông muốn mua cái bàn nào? Bàn nào cũng
được.

Exercise 5

1 Ông muốn mua ô tô nào? 2 Ông muốn mua cái bàn nào? 3 Ông muốn mua tờ báo nào? 4 Ông muốn đọc cuốn nào? 5 Ông muốn đọc tờ nào?

Exercise 6

1 Tờ báo này đắt. 2 Sách đắt lắm. 3 Quyển sách này viết về lịch sử nước Anh. 4 Báo ở đây rẻ lắm. 5 Cái bàn này đắt lắm.

Exercise 7

1 Ông muốn ăn gì? 2 Ông muốn xem phim nào? 3 Ông muốn mua rượu gì? 4 Ông đi Đà Nẵng làm gì?

Exercise 8

Chiều mai, sàng thứ tư, tuần sau, chủ nhật, chủ nhật sau, trưa thứ năm . . . cô có được rỗi không?
. . . bạn cô có được rỗi không?

Exercise 9

1 Anh có đi đến hiệu sách với tôi được không? 2 Anh có đi bar với tôi được không? 3 Mời anh đi ăn hiệu với tôi. 4 Mời anh đi Đà Nẵng chơi với tôi. 5 Tối nay tôi mời anh đi xem phim.

Exercise 10

Anh Minh, ngày mai anh có được rỗi không?
Anh định làm gì vậy?
Tôi định mời anh đi ăn cơm hiệu.
Cám ơn anh, Nhưng ngày mai tôi bận quá, không đi cùng anh được.
Vậy thứ bảy tuần sau thế nào?
Vâng, tôi đi được anh ạ. Cám ơn anh nhiều.

Exercise 11

Thứ hai đi làm ở Bộ Ngoại Giao. Thứ ba đi mua sách. Thứ tư ăn cơm với bạn. Thứ năm đi xem xi-nê. Thứ sáu đi Sài Gòn. Thứ bảy đọc sách ở nhà. Chủ nhật học tiếng Việt Nam.

Exercise 12

Chào ông, ông đi đâu đấy? Dạ, không dám, chào ông, tôi đi làm. Còn ông đi đâu? Dạ, tôi đến hiệu sách để mua sách. Ông mua sách gì vậy? Dạ, tôi mua sách về lịch sử Việt Nam.

Exercise 13

1 Hôm qua thứ hai. 2 Hôm nay là thứ ba. 3 Ngày mai thứ tư. 4 Tháng này là tháng hai. 5 Tháng trước là tháng Giêng. 6 Tháng sau là tháng ba.

Exercise 14

1 Năm ngoái tôi đi Mỹ. 2 Cách đây năm năm tôi còn là học sinh. 3 Sang năm tôi sẽ mua nhà mới. 4 Hai năm nữa tôi sẽ về sống ở Việt Nam. 5 Tuần trước tôi đi Pháp. 6 Tuần sau tôi chưa biết làm gì.

Exercise 15

Tuần trước tôi đi Mỹ. Sang năm chúng tôi đi Úc; Tháng này tôi ở nhà. Tháng sau tôi đi làm; Năm nay tôi ở Luân Đôn. Hai năm nữa tôi sẽ sống ở đâu chưa biết.

Exercise 16

1 Anh muốn làm gì thì làm. 2 Anh muốn ăn gì thì ăn. 3 Anh muốn ở đâu thì ở. 4 Anh muốn nói gì thì nói. 5 Anh muốn mua gì thì mua.

Exercise 17

Last year: in Vietnam for tourism; met British ambassador in Hanoi; attended a party in the Vietnamese Foreign Ministry.
This year: see his family in London; go to work; buy furniture; buy house; get married.

Exercise 18

1 Xin lỗi ông, ngày mai tôi lại bận. 2 Cám ơn ông, nhưng tôi lại phải đi Tokyo mua bán. 3 Cám ơn ông, tôi rất muốn đi, nhưng tôi lại không có tiền. 4 Được chứ, sao lại không. Cám ơn ông nhiều lắm. 5 Cám ơn ông, tôi rất muốn đi với ông. Nhưng người yêu tôi lại không muốn cho tôi đi.

Exercise 19

1 Anh làm việc mấy giờ một ngày? 2 Anh làm việc mấy ngày một tuần? 3 Anh được nghỉ mấy ngày một tuần? 4 Hàng tuần anh làm vào những ngày nào? 5 Hàng tuần anh được nghỉ vào những ngày nào? 6 Hàng năm anh được nghỉ mấy tuần? 7 Mấy giờ anh bắt đầu làm việc? 8 Mấy giờ thì anh nghỉ?

Exercise 20

1 Tôi làm việc tám giờ một ngày. 2 Năm ngày. 3 Hai ngày. 4 Từ thứ hai đến thứ sáu. 5 Thứ bảy và chủ nhật. 6 Bốn tuần. 7 Tám giờ sáng. 8 Năm giờ chiều.

Exercise 21

1 Anh có chắc là ông Thanh sẽ đến không? 2 Hôm nay cô Thu bận lắm phải không? 3 Ai bảo anh là ông Tâm sẽ đến trễ? 4 Sao anh biết bà Tâm nói được tiếng Anh? 5 Có phải ông Huy sẽ đến bằng xe Taxi không?

Exercise 22

1 Tôi chắc là như vậy. 2 Vâng, hôm nay cô ấy bận lắm. 3 Ông ấy bảo tôi là có thể ông ấy sẽ đến trễ. 4 Tôi thấy bà ấy nói tiếng Anh với ông Harrison. 5 Chắc là như vậy, vì ông ấy không có xe riêng.

Exercise 23

1 ... chắc là ... 2 ... chắc chắn ... 3 ... nhất định ... 4 ... nhất định ...

Lesson 10

Exercise 1

1 Xin mời ông ngồi 2 Xin mời ông vào 3 Xin mời ông xơi nước 4 Xin mời ông dùng cà phê 5 Xin mời ông xơi cơm 6 Xin mời ông đến khách sạn 7 Xin mời ông đi xem xi-nê

Exercise 2

1 Ông nhà có khỏe không? 2 Bà nhà có khỏe không? 3 Con trai ông có mạnh không? 4 Con gái ông có mạnh khỏe không? 5 Bà nhà và các

cháu dạo này thế nào, cũng mạnh khỏe cả chứ ạ? 6 Ông nhà và các cô các cậu thế nào, cũng khoẻ cả chứ ạ?

Exercise 3

1, 2 Cám ơn ông, nhà tôi khỏe. 3, 4 Cám ơn ông, cháu mạnh. 5, 6 Cám ơn ông, nhà tôi và các cháu cũng đều mạnh khỏe cả.

Exercise 4

1 Ông dùng nước chè hay cà phê? 2 Ông dùng bia hay rượu? 3 Bà dùng một ly rượu hay một tách trà? 4 Cô dùng chè Trung Quốc hay Việt Nam? 5 Anh dùng rượu Pháp hay rượu Đức? 6 Chị dùng bia hay nước hoa quả?

Exercise 5

1 Dạ, ông làm ơn cho xin tách cà phê. 2 Dạ, ông cho ly rượu nhẹ. 3 Dạ, cám ơn. Ông cho tách trà. 4 Dạ, xin ông cho chè Việt Nam. 5 Dạ, xin ông cho rượu Pháp. 6 Dạ, xin ông cho cốc nước dừa. Cám ơn.

Exercise 6

1 Xin cô cho tách cà phê sữa. 2 Xin ông cho một cốc bia Trúc Bạch Hà Nội. 3 Xin cô cho một ly rượu. 4 Xin bà cho ấm chè tàu. 5 Xin ông cho một chai rượu Đức. 6 Xin cô cho xin cốc nước dứa.

Exercise 7

1 Tôi không uống nước chè và cũng không uống cà phê. 2 Tôi không uống bia và cũng không uống rượu. 3 Tôi không dùng chè tàu và cũng không dùng chè Việt Nam. 4 Tôi không dùng rượu Pháp và cũng không dùng rượu Đức. 5 Tôi không uống bia và cũng không uống nước hoa quả.

Exercise 8

Cô Anna, tối nay cô đi xem xi-nê với tôi được không?
Cám ơn ông. Tôi không thích đi xem ở rạp chiếu bóng. Tôi thích xem TV ở nhà.
Tôi cũng rất thích xem TV và cũng thích đi xem phim ở rạp chiếu bóng. Ông có thích hút thuốc lá không?
Không, tôi không hút.

Ông có thích uống nước hoa quả không?
Tôi thích ít thôi. Còn cô thế nào?
Tôi thích uống rượu và cũng thích cả nước hoa trái.

Exercise 9

1 Cám ơn ông. Chúng tôi và các cháu đều mạnh khỏe cả. 2 Thưa ông, xin ông cho cà phê. 3 Dạ, thưa phải. 4 Tôi cũng vậy, thưa ông. 5 Cũng có thể. 6 Dạ, cám ơn.

Exercise 10

1 I cannot stand not reading a newspaper. 2 I only take just a little sugar. 3 Miss Thu smilingly says hello to me. 4 I bring a tray of tea to offer the guests. 5 He doesn't smoke and drink strong tea. 6 Mr John can speak English, French and German. 7 She eats so much she cannot keep slim. 8 Does Miss Thu go to work these days? 9 Does she go to see Anna? 10 Do you have a lot of visitors?

Exercise 11

Ông A đang học tiếng Anh ở Mỹ. Cô B đang làm ở khách sạn ở Pari. Cô C làm chủ nhiệm nhà băng ở Úc. Ông D đang nghỉ ở Triều Tiên. Bà E lấy chồng và đang sống ở Luân Đôn.

Exercise 12

1 Tôi thường uống cà phê vào buổi sáng. 2 Tôi hay uống rượu vào bữa ăn tối. 3 Tôi thường hay đi xem xi-nê vào thứ bảy hàng tuần. 4 Ngày nào tôi cũng xem TV ở nhà. 5 Tôi không bao giờ ở khách sạn đắt tiền. 6 Tôi hút ít thôi. Mỗi ngày hai điếu.

Lesson 11

Exercise 1

1 Thưa bà, bà tên là gì? 2 Ông nhà tên là gì? Các anh các chị con bà tên là gì?

Exercise 2

1 Anh tên gì? Ba má anh tên là gì? 2 Anh em trai anh tên là gì?

Exercise 3

Hùng đang học tiếng Anh và sẽ đi làm ở Mỹ. Phi Yến đi ăn cơm hiệu rồi đi thăm bạn và đi mua bán. Angela đã học xong tiếng Việt và âm nhạc và đã đi xem xi-nê với Phi Yến.

Exercise 4

1 Khi anh lấy vợ anh sẽ làm gì? 2 Bố mẹ anh đã lấy nhau bao nhiêu năm rồi? 3 Anh chưa được gặp em trai anh bao lâu rồi? 4 Anh nhớ gia đình từ bao giờ? 5 Bao giờ con trai út anh sẽ đi học?

Exercise 5

1 Họ đang bận nấu cơm. 2 Họ đang bận dọn dẹp nhà cửa. 3 Họ đang xem TV. 4 Họ đang nghe âm nhạc. 5 Họ đang nói chuyện với bạn. 6 Họ đang học tiếng Anh.

Exercise 6

1 Cháu chưa ăn xong. 2 Cháu chưa làm xong bài. 3 Cháu đi làm chưa về. 4 Cháu chưa về nhà. 5 Cháu mới bắt đầu ăn cơm. 6 Cháu còn ở trường đại học chưa về.

Exercise 7

1 Tôi chỉ mới gặp bạn cô ấy có một lần. 2 Tôi chỉ mới gặp anh ấy có một lần. 3 Tôi chỉ mới nói chuyện với anh ấy có một lần. 4 Tôi chỉ mới đến ăn ở hiệu ấy có một lần. 5 Tôi chỉ mới xem cuốn phim đó có một lần. 6 Tôi chỉ mới đến thành phố này có một lần.

Exercise 8

. . . tờ báo . . . quyển, cuốn sách . . . quyển tự điển . . . cái bút . . . cái bàn . . . cái ghế . . . người con trai . . . người con gái . . . đứa cháu.

Exercise 9

1 Cám ơn ông quá khen. 2 Dạ, thưa nhà tôi và các cháu đi làm chưa về. 3 Dạ, phải ạ. 4 Dạ, cháu tên là Phi Yến. 5 Dạ, có. Ông là ông John phải không ạ. 6 Dạ, phải. 7 Dạ, cháu học toán.

Exercise 10

1 Xin lỗi, đây có phải nhà ông Tâm không? 2 Xin lỗi, bà có phải là bà Tâm không ạ? 3 Xin lỗi nhé. (xin cô thứ lỗi) 4 Xin lỗi, xin ông làm ơn nhắc lại. 5 Xin ông thứ lỗi.

Exercise 11

1 Dạ, phải. Ông cần hỏi gì vậy? 2 Không sao. 3 Không sao, ông cứ tự nhiên. 4 Dạ, không phải. Có lẽ ông nhầm rồi. 5 Thế à, xin lỗi nhé, để tôi nói lại. 6 Không có gì. (có gì mà phiền) 7 Không sao.

Exercise 12

ngủ ngon	to sleep well
ăn ngon	to eat well
ăn ngon miệng	to eat with a good appetite
to mồm	big mouth
làm to	to be the big boss
làm cơm	to make dinner
làm việc	to work
làm chủ	to be the boss, manager
làm giám đốc	to be the director
làm ăn	to do business

Exercise 13

1 Đêm qua anh ngủ ngon không? Cám ơn, tôi ngủ ngon lắm. 2 Anh ăn cơm có ngon miệng không? Dạ, ngon lắm. 3 Anh dùng nước chè đặc hay loãng? Dạ, anh cho chè loãng. 4 Anh dùng cà phê sữa đá không? Dạ, có. Cám ơn. 5 Anh hút thuốc không? Dạ, không. 6 Anh dùng đường không? Dạ, anh cho xin hai thìa. 7 Anh dùng mấy thìa đường? Dạ, chút xíu thôi.

Exercise 14

1 Is it pleasant to live in the USA? 2 Are you upset that she talks too much? 3 I haven't got the money yet, can you sell on credit? 4 Does he very often stand on ceremony? 5 Do you say sorry when you have done something wrong? Answers: 1 Cũng tùy. (It depends) 2 Vâng, khó chịu lắm. 3 Có. 4 Phải, ông ấy hay làm khách lắm. 5 Có chứ.

Exercise 15

1 Cám ơn ông. 2 Vâng, cám ơn. 3 Thế thì tốt. 4 Thế thì rất tốt cho Việt Nam. 5 Cũng tùy. 6 Không sao, để khi khác vậy. 7 Cám ơn.

Lesson 12

Exercise 1

1 Chợ nào là chợ to nhất và nổi tiếng nhất ở Sài Gòn? 2 Thành phố nào là thành phố to nhất và nổi tiếng nhất ở Việt Nam? 3 Thành phố nào là thành phố cổ kính nhất ở Việt Nam? 4 Thành phố nào là thành phố hiện đại nhất ở Mỹ? 5 Thành phố nào là thành phố đẹp nhất ở Pháp? 6 Hàng hóa ở Việt Nam đắt hơn hay rẻ hơn ở Mỹ? 7 Sài Gòn to hơn hay nhỏ hơn Hà Nội?

Exercise 2

1 Chợ Bến Thành. 2 Sài Gòn. 3 Huế và Hà Nội. 4 Nữu ước. 5 Pari. 6 Rẻ hơn. 7 To hơn.

Exercise 3

BMW 1994 to hơn, mới hơn, tốt hơn, nhưng cũng đắt hơn. Fiat 1991 nhỏ hơn, cũ hơn, kém hơn, nhưng cũng rẻ hơn. Rolls Royce 1970 rẻ hơn, cũ hơn và cũng khá tốt. Nữu Ước là thành phố hiện đại nhất, nhưng cũng loạn nhất. Sài Gòn là thành phố to nhất ở Việt Nam. Oxford là thành phố nổi tiếng nhất của nước Anh.

Exercise 4

1 Thứ gì ở đây cũng rẻ. 2 . . . uống cà phê. 3 . . . cho đường vào cà phê. 4 . . . nghe âm nhạc. 5 . . . biết nói tiếng Anh.

Exercise 5

1 Sài Gòn là thành phố to và nổi tiếng ở Việt Nam. 2 Hà Nội là thành phố cổ kính và đẹp. 3 Tôi nhất định sẽ đi du lịch ở Việt Nam. 4 Luân Đôn là thành phố rất hiện đại và nổi tiếng. 5 Muốn mua gì ở cửa hàng bách hoá cũng có. 6 Ở đây thứ gì cũng có. 7 Hàng ngoại ở Việt Nam tràn ngập.

Exercise 6

1 Ở Mỹ cũng có hàng tốt, cũng có hàng xấu. 2 Ở Anh cũng có thứ tốt, cũng có thứ không tốt. 3 Ở đâu cũng có người tốt và cũng có người không tốt. 4 Ở đâu cũng có người nhiều tiền, cũng có người không có tiền. 5 Ở nước nào cũng có thành phố lớn, cũng có thành phố nhỏ.

Exercise 7

1 Như vậy cô là . . . 2 . . . là như vậy. 3 Như vậy . . . 4 . . . như vậy. 5 Như vậy . . .

Exercise 8

1 Như vậy . . . 2 Thôi được . . . 3 . . . cũng có . . . cũng có . . . 4 Như vậy . . . 5 Thôi được . . .

Exercise 9 (examples)

Sao mua nhiều dữ vậy. Sao đắt dữ vậy. Sao làm dữ vậy.

Exercise 10 (examples)

Từ Anh sang Mỹ xa quá. Tôi đợi anh lâu quá. Anh ăn nhiều quá.

Exercise 11

1 . . . chẳng . . . 2 Chẳng . . . 3 Chẳng cứ . . . 4 . . . chẳng . . . 5 . . . chẳng . . .

Exercise 12

1 Please make yourselves at home. 2 Please choose the goods. I'll offer you a cheap price. 3 Please go ahead and tell me. I am listening. 4 I have lived and worked in Vietnam. 5 I have visited the USA. 6 I know everybody in the Foreign Ministry. 7 I read the newspapers one by one.

Exercise 13

1 Anh đã từng ở Việt Nam chưa? 2 Anh đã từng làm ở Đại sứ quán Anh ở Hà Nội chưa? 3 Anh đã thăm nước Mỹ chưa? 4 Anh đã đọc

những cuốn sách kia từng cuốn một chưa? 5 Anh đã học tiếng Việt Nam chưa?

Exercise 14

Do it yourself.

Exercise 15

1 Mình . . . 2 . . . mình . . . 3 . . . chúng mình . . . 4 . . . mình . . .?
5 Chúng mình . . . ? 6 Nước mình . . . 7 Mình . . . quê hương mình
. . . 8 Người mình . . .

Exercise 16

1 Quê hương mình vẫn còn nghèo quá. 2 Nước mình không lớn lắm nhưng cũng không nhỏ lắm. 3 Nhiều người mình sống ở Pháp. 4 Ngay cả ở Luân Đôn họ cũng bán hàng giả. 5 Anh phải đi ngay bây giờ. 6 Ngay ông Major cũng không biết việc đó.

Exercise 17

1 Chưa. 2 Tôi đã làm rồi. 3 Ở phố Tràng Tiền. 4 Phải xem cho kĩ. 5 Tôi muốn mua nhiều thứ lắm. 6 Rẻ hơn nhiều. 7 Cũng có thứ tốt, cũng có thứ không.

Exercise 18

phòng học	classroom
phòng ăn	dining room
phòng ngủ	bedroom
phòng khách	sitting room
văn phòng	office
văn phòng phẩm	stationery
trưởng phòng	head of an office
phòng tắm	bathroom

Exercise 19

chính khách	politician
chính phủ	government
chính đảng	political party

chính quyền	political power
chính sách	policy
chính kiến	political views

Lesson 13

Exercise 1

1 Mấy giờ rồi? 2 Anh chuẩn bị xong chưa? 3 Ai đến đón anh?
4 Anh đi làm có đúng giờ không? 5 Anh cho rằng đến sớm thì tốt phải
không? 6 Nếu anh đến chậm thì phải nói sao? 7 Anh có cho rằng đến
sớm hơn càng tốt phải không?

Exercises 2, 3

Do it yourself.

Exercise 4

1 Không, tôi không mệt. 2 Cám ơn, không sao. 3 Cám ơn, nhà tôi
cũng không mệt lắm. 4 Thế thì càng vui chứ sao. 5 Thế thì càng tốt chứ
sao. 6 Thế thì anh càng nói giỏi tiếng Việt Nam.

Exercise 5

1 Tôi sẽ làm ở nhà băng. 2 Tôi sắp đi du lịch ở Úc. 3 Tôi phải nhận
thêm người làm. 4 Công ty cuả tôi đầu tư thêm vốn vào Việt Nam.
5 Tôi sẽ phải làm quen với nhiều người Việt Nam. 6 Tôi sẽ mở thêm
hai công ty mới.

Exercise 6

1 Luân Đôn là thành phố to và nổi tiếng cuả các nước phương tây.
2 Nhiều khách sang trọng hay đến ăn cơm ở khách sạn Phú Gia. 3 Tôi
đến sớm một chút, nhưng cô ấy đến trễ một chút. 4 Cô ấy đến trễ, nhưng
lại nói nhiều.

Exercise 7

1 The more guests to come the merrier. 2 The more the guests drink the
more they get drunk. 3 Miss Thu is prettier and prettier every day.
4 Miss Tam is getting better and better every day in her study. 5 It is

better to come early rather than late. 6 Coming late is better than not coming at all.

Exercise 8

1 ... cũng được. 2 ... biết đâu. 3 ... cũng được. 4 Có lẽ ...
5 Phải rồi ... 6 Xin lỗi ...

Exercise 9

1 a) Xin chào qúi vị. Xin mời các vị ngồi chỗ này. b) Đây là thực đơn.
2 Chào anh. Anh xong chưa đấy. Xin mời lên xe. 3 Xin mời ông bà vào.
Xin mời ngồi. Ông bà dùng nước chè hay cà phê. Xin mời ông bà vào xơi
cơm.

Exercise 10

1 Why didn't she invite you? 2 Why didn't she love you? 3 Why
didn't you invite her to go out? 4 Why didn't you apply to go to Vietnam
to work? 5 She likes you so why don't you like her?

Exercise 11

2 for 1; 3, 4, 5 for 2; 6, 7 for 3; 8 for 4; 9 for 5.

Lesson 14

Exercise 1

Cách đây 30 năm ông P. Smith là sĩ quan trong quân đội Việt Nam.
Use the same construction to do the rest.

Exercise 2

Use **trước đây** before **sau đó**.

Exercise 3

Use **đã làm gì** for 'what' questions to do with the past. Use **sẽ làm gì** for the future.

Exercise 4

1 Tôi đến thăm anh với tư cách cá nhân. 2 ... Đại sứ. 3 ... chơi.
4 ... ngay bây giờ. 5 ... ngay bây giờ. 6 ... có lỗi. 7 ... tôi cũng
hiểu anh nói gì.

Exercise 5

1 Anh đến Sài Gòn lâu chưa? 2 Anh ở Sài Gòn bao lâu rồi? 3 Trước
đây anh làm gì? 4 Bây giờ anh làm gì? 5 Tháng sau anh sẽ đi làm ở Việt
Nam phải không?

Exercise 6

1–5 1–5 in Exercise 5. 6 Anh đến Việt Nam để làm gì? 7 Anh đến Việt
Nam với tư cách gì?

Exercise 7

1 ... đó là tình cảm thật cuả tôi. 2 ... nó đã đi vào dĩ vãng. 3 ... tôi
nghĩ đến những người Việt Nam bị chết trong chiến tranh. 4 ... không
biết giải quyết mâu thuẫn bằng hoà bình. 5 ...Việt Nam thắng trong
chiến tranh, thua trong hòa bình chưa? 6 ... hòa bình xây dựng lại đất
nước.

Exercise 8

JM sinh 1894 mất 1989 người viết tiểu thuyết cuả nước Anh. Kết hôn
1929 có hai con trai 1933 và 1939. Có một con gái sinh 1942 mất 1945.

Exercise 9

Put **Tại sao anh** at the beginning of the sentences. If you like you can put
sẽ for the future tense.

Exercise 10

Put **Vì** or **Tại vì** at the beginning of the answers. Example: 1 Vì tôi muốn
viết tiểu thuyết.

Exercise 11

Use **Mặc dù ... nhưng ...** Example: 1 Mặc dù anh ấy sống ở Việt Nam, nhưng anh ấy nói tiếng Anh giỏi.

Exercise 12

1 ... để đi làm. 2 Chúng tôi để bàn ghế trong phòng học. 3 ... để buôn bán. 4 Để ... 5 ... để thăm anh.

Exercise 13

1 I am very pleased to know you. 2 I really don't know whether he is the foreign minister. 3 He is really wrong, but please forgive him. 4 It is really interesting to hear you speak Vietnamese. 5 Your studies are really excellent.

Exercise 14

1 Cô có vui không? 2 Vì sao cô buồn thế? 3 Cô đến đây làm gì? 4 Cô là người Anh hay người Mỹ? 5 Ông là người du lịch hay nhà kinh doanh? 6 Ông là nhà ngoại giao hay người du lịch? 7 Trong chiến tranh Việt Nam ông làm gì? 8 Trong chiến tranh ở Việt Nam ông là sĩ quan quân đội Mỹ phải không? 9 Tại sao anh hỏi ông ta như vậy?

Lesson 15

Exercise 1

1 I want to know about Vietnamese customs and habits. 2 I want to come and see you. 3 I do not know her. 4 You only know how to talk but do not know how to do. 5 I want to go with you but I am too busy. 6 You go to the library to borrow books. 7 She is ill because she is missing her home.

Exercise 2 (example)

Anh ấy vừa muốn làm bác sĩ vừa muốn học âm nhạc. Anh ấy vừa làm ở cửa hàng vừa làm ở hiệu ăn.

Exercise 3

1 Anh ấy vừa làm vừa học. 2 Anh ấy vừa biết nói tiếng Pháp vừa biết nói tiếng Đức. 3 Cô ấy vừa đẹp vừa ngoan. 4 Tôi vừa làm cho Bộ Ngoại Giao vừa làm cho trường đại học. 5 Cô ấy vừa buồn vừa vui.

Exercise 4

1 Anh thích học tiếng Việt Nam không? 2 Anh thích nghỉ ngơi phải không? 3 Cô ấy thích vui chơi giải trí lắm phải không? 4 Anh anh làm việc vất vả lắm phải không? 5 . . . phải không?

Exercise 5

1 . . . mà anh ấy vẫn buồn. 2 . . . mà anh ấy thi trượt. 3 . . . mà cha mẹ anh ấy không vui. 4 . . . mà anh ấy vẫn ở với bố mẹ. 5 . . . mà anh ấy đến trễ.

Exercise 6

1 . . . mà thuê buồng. 2 . . . mà mượn sách. 3 . . . mà mua thức ăn. 4 . . . mà mua sách. 5 . . . mà đón bạn. 6 . . . mà xem.

Exercise 7

1 If I were rich I would buy a nice house. 2 You go to the bank to cash money. 3 She is the one everybody knows. 4 I want to go but I am not able to. 5 I only want to help you. (that's all, nothing else)

Exercise 8

Choose the phrases provided and join them with **nếu . . . thì . . .**

Exercise 9

Same as Exercise 8. For example:
Nếu anh cai thuốc thì anh sẽ có việc làm.

Exercise 10

1 Let's go, shall we. 2 Let's go and study. 3 We work and study at the same time. 4 That gentleman is rich, that old chap is poor. 5 The

Buddha advised how to behave as a good person. 6 The US president has never met the chairman of the state of Vietnam. 7 It's beautiful today.

Exercise 11

1 . . . ai cũng thích cậu. 2 . . . cái gì cũng biết làm. 3 . . . làm gì mà chẳng giầu. 4 . . . ai mà chẳng yêu. 5 . . . sẽ mang cái tốt lành may mắn cho cả nhà.

Exercise 12

Try to do it yourself. For example: 1 The way you talk is very clever so everyone likes you.

Exercise 13

1 Cậu nói chuyện thật là tuyệt, ai cũng thích. 2 Cô ta hát hay quá ai cũng muốn nghe. 3 Anh thông minh thế làm gì mà chẳng đỗ. 4 Ông ấy giỏi vậy làm gì mà chẳng giầu. 5 Cô ấy vừa đẹp vừa ngoan ai mà chẳng yêu.

Exercise 14

Hôm nay là chợ hoa ngày tết. Angela rủ Phi Yến cùng đi. Hai cô hy vọng được ngắm nhiều hoa. Hai cô vào chợ hoa ở chợ Đồng Xuân, chợ lớn nhất Hà Nội. Angela thích hoa lắm. Cô biết một số tên hoa. Phi Yến thì không sành chơi hoa. Angela muốn mua cả chợ hoa nhưng cô làm gì có đủ tiền mà mua.

Lesson 16

Exercise 1

1 When I was in Vietnam previously, I was a lecturer in literature. 2 Previously, I learnt French. Now I am learning English. 3 Previously, in Vietnam it was best to be a government official, but now it is best to be in business. 4 Previously, in Vietnam a lot of people learnt Russian, now they are learning English. 5 Previously, people liked reading books, now they are occupied in doing business rather than reading books.

Exercise 2

1 . . . đọc sách. 2 . . . người có hứng thú đọc sách. 3 . . . người tin đạo Phật. 4 . . . chỉ có tiền mà còn phải có tài nữa. 5 . . . cần phải nói giỏi tiếng Anh. 6 . . . tiền không phải là tất cả. 7 . . . tất cả.

Exercise 3 (example)

Tôi làm gì có tiền để đi buôn. How can I have money to do business?

Exercise 4 (example)

Muốn buôn bán không những phải có tiền mà còn phải có tài nữa.

Exercise 5 (example)

1 What do you dream to do? Tôi mơ ước trở thành thương gia.

Exercise 6

1 Ăn bất cứ cái gì cũng được. 2 Uống bất cứ cái gì cũng được. 3 Đi bất cứ đâu cũng được. 4 Nói với bất cứ ai cũng được. 5 Gặp bất cứ ai cũng được. 6 Đi bất cứ đâu mà chẳng được.

Exercise 7

1, 2 Bất cứ cái gì *or* gì cung được. 3 Bất cứ đâu *or* đâu cũng được. 4, 5 Bất cứ ai *or* ai cũng được. 6 Bất cứ đâu *or* đâu cũng được.

Exercise 8

1 Sao anh không học tiếng Anh ở Luân Đôn. 2 Sao cô không làm cô giáo. 3 Sao cô không học toán, lý. 4 Cô phải có mỗi tháng một triệu đồng chứ sao. 5 Sao cô ấy không học ở Việt Nam. 6 Cô ấy phải đi xe đến trường đại học chứ sao.

Exercise 9

1 Why don't you like to work as a civil servant? 2 It is good to be a civil servant. 3 How about our luggage? 4 Have you asked someone to take it to the hotel? 5 What will the future of Vietnam be like? 6 Why do you ask me, you should ask the Vietnamese government.

Exercise 10

1 . . . người tốt và người xấu. 2 . . . giầu. 3 . . . nghèo. 4 . . . có nhiều tiền. 5 . . . thích.

Exercise 11

1 Không, tôi không làm phiên dịch được. 2 Không. Vì không có tiền. 3 Để đầu tư buôn bán. 4 Đài Loan. 5 Rất tốt. 6 Giúp Việt Nam về hệ thống truyền thông. 7 Có, tôi nghĩ như vậy.

Exercise 12

1 Tôi nghĩ là rất tốt cho Việt Nam. 2 Tốt lắm. 3 Vậy để tôi nói lại anh nghe. 4 Tùy thuộc vào nhân dân Việt Nam. 5 Người dân Việt Nam.

Exercise 13

1 . . . ở Mỹ cũng có hàng giả. 2 . . . chính phủ. 3 . . . vào Việt Nam. 4 . . . chờ . . . bỏ cấm vận. 5 . . . nước Anh . . . dầu mỏ ở Việt Nam. 6 . . . về hệ thống truyền thông. 7 . . . nước tôi sẽ giầu mạnh.

Lesson 17

Exercise 1

1 Tôi muốn mua vé khứ hồi được không? 2 Đi xe hay đi tàu hay đi máy bay tốt hơn? 3 Tôi có thể thuê ô tô ở đây được không? 4 Tôi có thể đặt thuê buồng ở đây được không? 5 Tôi có thể trả bằng đô la được không? 6 Tôi có thể đi vào tuần sau được không? 7 Tôi có cần xin chiếu kháng không? *or* visa không?

Exercise 2 (example)

1 Được *or* Không, chúng tôi không bán vé khứ hồi.

Exercise 3 (example)

Có thể được *or* không được vì . . . Yes, it's OK, *or* No, You can't. Đi tàu hoả tốt hơn vì rẻ hơn và an toàn hơn.

Exercise 4

1 Cô không nên xem TV nhiều quá. 2 Cô không nên đi nhiều nước thế. 3 Cô không nên đi chơi khuya quá. 4 Cô không nên đi làm thêm vào buổi tối và không nên đọc tiểu thuyết nhiều thế nữa.

Exercise 5

1 Xin cô cho biết đi Sài Gòn bằng xe hơi tốt hơn hay đi tàu hoả tốt hơn? Đi tàu hoả tốt hơn. 2 Đi tàu từ Hà Nội đến Sài Gòn bao lâu? Hai ngày. 3 Vé máy bay từ Hà Nội vào Sài Gòn bao nhiêu tiền? Hai trăm đô la. 4 Tàu tốc hành Hà Nội Sài Gòn đỗ những ga nào? Huế, Đà Nẵng, Nha Trang. 5 Đi Ô tô từ Hà Nội vào Sài Gòn có được không? Sao lại không.

Exercise 6

1 Tôi có phải xin visa không? 2 Tôi có phải đổi tiền Việt Nam không? 3 Tôi mang con mèo đi có được không? 4 Tôi có phải đặt buồng ở khách sạn trước khi đi không? 5 Tôi trả bằng tiền đô la được không? 6 Tôi có cần phải có thư mời đến thăm Việt Nam không? 7 Tôi có thể mua vé hai chiều được không? 8 Tôi chỉ ở khoảng chừng chưa đến một tháng có được không?

Exercise 7

1 Có, cô phải xin visa. 2 Tuỳ cô. 3 Không, không được. 4 Tuỳ cô. 5 Thế thì càng tốt chứ sao. 6 Không. 7 Được. 8 Được, cô ở bao lâu mà chả được.

Exercise 8

You must get a visa at least three weeks before departure. You must not leave until the last day immediately before departure. You must exchange dong for dollars before departure. You must not carry Chinese currency. You must not buy a first-class ticket. You must be at the airport three hours before the plane takes off. You must not help anyone to carry luggage. You must see Mr Phang immediately when you arrive. You must not go to the hotel before visiting Mr Phang. You must hand me a report two days after you come back. Have a good journey!

Exercise 9

1 Đi xe buýt mất bao lâu? Đi thuyền, máy bay, tàu hoả mất bao lâu.
2 Đi xe buýt mất bao nhiêu tiền? thuyền . . . mất bao nhiêu tiền?

Exercise 10

You can make up your answers by looking at the table in Exercise 9.

Exercise 11

Use **nhanh nhất, thoải mái nhất, rẻ nhất, thuận tiện nhất** combined
with something from the timetable.

Exercise 12

Anna	study American literature
	work in the bank
	work at the Ministry of Foreign Affairs
Miss Phe	travel around Europe
	write novels
Mr Hung	work in hotel
	write poems
	get married

Exercise 13

Anh làm ơn gọi điện thoại cho cơ quan tôi là hôm nay tôi bị mệt không đi
làm được. Nhờ anh mua giùm tôi tờ báo và bảo đưa cơm vào phòng cho
tôi. Cám ơn anh nhiều lắm.

Exercise 14

1 Tôi vừa mới đi làm về, mệt quá. 2 Tôi vừa mới lĩnh tiền. 3 Tôi vừa
mới đi Mỹ về. 4 Thật là không phải, tôi vừa mới cho mượn mất rồi.
5 Thật là không phải, tôi chẳng còn đồng nào. Note: **Thật là không phải**
= 'really sorry'.

Exercise 15

1 đắt nhất 2 tốt nhất 3 rẻ nhất 4 kém nhất 5 gần nhất 6 to nhất
7 tiện lợi nhất 8 nhỏ nhất 9 không tiện lợi nhất

Exercise 16

Ở Sài Gòn khách sạn nào rẻ nhất và tốt nhất?
Đã rẻ nhất thì không có tốt nhất.
Thế khách san nào vừa rẻ vừa thuận tiện đi lại?
Cũng tùy xem. Nhưng nói chung thì khách sạn nào gần nhà ga, bến xe thì
thuận tiện. Nhưng lại ồn ào không yên tĩnh.

Exercise 17

1 This is the British Embassy. You can ask anything you like.
2 Tourists in Vietnam can go anywhere they like. 3 Any foreigner who
wants to come to Vietnam must apply for a visa. 4 Living in the Saigon
hotel is quite comfortable. 5 You are quite free to talk in Vietnam now.

Vietnamese–English glossary

The glossaries concentrate on the most useful vocabulary introduced in this book. The words from the book which do not appear in the glossary are generally those that are convenient to know for the context of a particular lesson but which are less likely to be of use afterwards. You may find you want to use words which are not in these lists. The dictionaries which you might find the most useful are:

Dictionaries

English–Vietnamese Dictionary

Trần Kim Nở, Phd
Lê xuân Khuê. Dương Ngọc Dũng
Đỗ Duy Thịnh. Trần Huỳnh Phúc
Từ Điển Anh–Việt *English–Vietnamese Dictionary*
Khoảng 96.500 mục từ.
New edition. Nhà xuất bản chính trị quốc gia 1993.

Vietnamese–English Dictionary

Bùi Phụng
Từ Điển Việ–Anh *Vietnamese–English Dictionary*
55 000 words. Third edition
Nhà xuất bản đại học và giáo dục chuyên nghiệp
Công ty phát hành sách Hà Nội 1993

ai	who	bên cạnh	next door, near
an tâm	have peace of		to
	mind, do not	bếp	kitchen
	worry	bể bơi	swimming pool
Anh	British	bi quan	pessimistic
ăn	to eat	bí thư	secretary (*i.e.*
ăn cơm	have a meal (*lit.*		diplomat)
	eat rice)	bia	beer
ăn hiệu	eating in	biên lai	receipt
	restaurant	biết	to know
ăn ngon miệng	eat with good	bụng	stomach
	appetite	bưng	carry, take,
âm lịch	lunar calendar		bring
âm nhạc	music	bọn tôi	we
ấm chè tàu	a pot of Chinese	buổi sáng tinh	beginning of the
	tea	sương	early morning
ấy	that, those	buôn lậu	smuggle
bà	Mrs	buồn	sad, boring
bài học	lesson	buồng	room
bài viết	article	buồng khách	sitting room,
bàn	table		guest room
bàn chải	brush	buồng ngủ	bed room
bàn chải đánh	toothbrush	buồng tắm	bathroom
răng		buồng ăn	dining room
bánh chưng	cake made with	bồn tắm	bath
	glutinous rice	bơi	swim
báo	newspaper	cà phê	coffee
bao lâu	how long	cá (một con cá)	a fish
bao nhiêu	how much, many	các cháu	nephews, nieces,
bảo	to tell, say		grandchildren
bạn	friend	các vị	you (plural)
bảng chỉ giờ	time table	cách	distance from
bay	to fly	cai	give up
bắc	north	cai thuốc	give up
bằng cấp	qualification		smoking
bãi biển	seaside	cái	classifier (*for*
bắt đầu ăn	start to eat		*things*)
bây giờ	now	cái bút	pen
bận	busy	cái gì, gì	what?
Bộ Giáo Dục	Department of	cam (một quả	an orange
	Education	cam)	
Bộ Ngoại Giao	Foreign Ministry	cám ơn	thank you

cán bộ	official	cứ từ từ	no hurry, take it easy
càng	more . . . more		
cao	high, tall	cứ tự nhiên	make yourself at home
câu chuyện	story, conversation	cô	Miss
cay	hot, hot stuff	cô giáo	teacher
cây số	kilometres	có	have, yes
cũ	old	cô chú	auntie and uncle
cũng	too, also, as well	có gì đâu	not at all
		có lẽ	perhaps, may be
cha mẹ	parents	cô nương	miss
chai	bottle	cố	try very hard
chào	to greet, hello	có thể	may be, possible, could be, can
chanh (một quả chanh)	a lemon	cỏ	grass
cháu gái	daughter, girl, female child	cửa hàng bách hóa	department store
cháu trai	son, male child	còn	also, how about
chữ trung quốc	Chinese character	con trai	son
chè	tea	con gái	daughter, girl, female child
chém giết	kill, destroy	con út	youngest child
chết	die	công ty	company
chỉ	show, point out, indicate	cố nội	grandparents
		cuộc họp	a meeting
chỉ bảo	to advise, give advice	cốc	glass
		cúng tổ tiên	worship ancestors
chỉ dân	advice, information	cuốn	classifier (for books)
chỉ . . . thôi	only		
chìa khóa	key	của	belong to, property, belongings
chiến tranh	war		
chính khách	politican	cả	including, both . . . and
chính kiến	political views		
chính phủ	government	cả hai	both
chính quyền	political power	cảm thấy	to feel
chính sách	policy	cảm thấy có lỗi	feel guilty
chính vì vậy	that's why	cầm	hold, take
chính xác	exactly	cầm nhầm	take by mistake
chính đảng	political party	cần	need
cho	for	cẩn thận	be careful
cửa (ra vào)	door		

cậu	uncle, younger brother of mother, you	**chủ**	boss, manager, owner
cơ quan	office, body, organ, organization	**chủ nhiệm**	director, manager, head, chairman
cơm	rice, cooked rice	**chủ nhật**	Sunday
cơm nước	meal, dinner	**chủ nhật tới**	next Sunday
chữ	a word	**chủ tịch**	chairman
chậm	late	**chịu**	sustain, bear, accept
cho đưa	ask someone to bring	**chả lẽ**	really? is it possible?
chọn	choose		
chẳng lẽ	really? is it possible?	**chả giò, chả nem**	spring roll (*meat*)
chóng	fast, quick	**chạy tốt**	run well, a good car
chúc anh may mắn	I wish you good luck	**chậm**	slowly
chúc mừng	congratulations, wish happiness, greet, congratulate	**chó (một con chó)**	a dog
		chăn màn	bedding (*lit.* blanket, mosquito net)
chúc mừng anh	I congratulate you	**chắc**	probably
chốc nưã	later, after a while	**chắc chắn**	be sure, secure
		chắc là	probably, may be
chốc nưa	later on, in a few minutes	**chẳng cứ, chẳng cứ gì**	not only
chúng mình	we, us	**chẳng thèm**	disregard
chúng tôi, chúng ta	we	**chuối (một quả chuối)**	a banana
chúng ta	we	**chợ**	market
chút xíu	just a little	**chợ lậu**	smuggle
chuyển	take, transfer, move	**dĩ nhiên, dĩ nhiên rồi**	of course, certainly
chuyển về	take to, transfer, move to	**dĩ vãng**	the past
		dân chủ	democracy
chuyến bay quốc tế	international airlines	**dân số**	population
		dân tộc	people, nation
chuẩn bị	prepare, to be ready	**dễ**	easy
		dễ chịu	pleasant, comfortable
chồng	husband	**dương lịch**	solar calendar
		dừng lại	stop

dữ	wicked, malicious, vicious, bad
dứá	pineapple
dứà	coconut
do dự	hesitate
dọc theo	along
dọn cơm	prepare dinner, lay table
dọn dựp nhà cửả	make the house tidy
dãy hàng	row of shops, stores
du lịch	tourism
dù sao	although, even so, any way
dùng	to use
dự	to attend, be present
dịp	chance, opportunity, occasion
dạ	polite expression meaning 'yes', 'OK'
dại	silly, naive
dạo này	these days
dạy	get up
dẫn	guide, take, conduct
để khi khác	leave for another time
để ý	pay attention
đang	*indicates present tense*
đang phát triển	developing
đánh thức	wake someone up
đánh thuế	taxation
đánh xe	drive a vehicle
đâu	where
đạo Phật	Buddhism
đức Phật	Buddha

đất	earth, soil
đây, này	here, this
độ	about
độc lập	independent
đẹp trai	handsome
đen	black
đến	come, go, come back, go back, arrive
đến	to come
đến chậm	come late, be late
đi	go
đi chơi	go for a walk, out, to play
đi chợ	go to the market, go shopping
đi học	go to study, to school
đi làm	go to work
đi lên	go up
đi máy bay	go by plane
đi mua bán	go shopping
đi ngủ	go to bed, sleep
đi ô tô	go by car
đi ra	go out, get out
điếu	classifier (*for cigarette*)
điều	thing
điện thoại	telephone
điã	plate
đường	sugar
đường biển	travel by sea
được	to be able to, can
được rài	to have free time, to be free
đứa	classifier for person
đứng đắn	be honest, correct, serious
đó	there, over there
đọc	read

đông	winter	đúng giờ	on time
đã phát triển	developed	gà (một con gà)	a chicken
đã sẵn sàng	already	ga	station
đỗ	stop	gái	female
đậu	pass exams	ghế	chair
đúng	correct, right, exactly	ghét	hate, dislike
		gì nữa	what else
đốt pháo	fire crackers	giá	price
đồ dùng cá nhân	personal objects (*e.g.* pen, comb)	gia đình	family
		giám đốc sân bay	manager, director at airport
đồ kỷ niệm	souvenir		
đồng	Vietnamese currency	giá trị	value
đồng ý	agree	giỏi	good, skilful, clever
đủ	enough, sufficient, adequate	gian hàng	terrace, shop, store
định	to intend, plan	giáo dục	education
đại dốt	ignorant (*lit.* a big fool)	giáo sư	professor
		giáo viên	school teacher
đại lộ	boulevard	giữ	keep, hold, stay
đại sứ quán	embassy	giữ người cho mảnh mai	keep slim (*lit.*keep body slim)
đàm thoại	talking		
đất nước	country		
đầu tiên	first (*note:* đầu *also means head*)	giữa	centre, in the middle
		giúp, giùm	help
đẩy	to push, hang around (wait)	giải quyết	solve, settle
		giảng nghĩa	explain
đắt	expensive	giấy	paper
đắt hơn	more expensive	giấy tờ	document
đằng sau	in the back	giới thiệu	to introduce
đằng trước	in the front	giờ	time, hour, o'clock
đặc	strong (*for tea*)		
điều tra	investigation	gương	mirror
đơn thuần	pure, unmixed, simply	gọi	call, order
		gọi điện thoại	telephone
đỡ	help, assist	gạo nếp	glutinous rice
đỡ mất thì giờ	do not waste any time	gần	near
		gần như	nearly, nearly the same
đẹp	beautiful		
Đức	German	gặp, gặp gỡ	to meet, to see

hai chiều	two ways, return	hơn nửa	besides
hải quan	customs	hơn nửa	besides, further-
hân hạnh	pleased, honour		more
hàng	goods	hợp tác	co-operate
hàng đống	a lot, too many	hy vọng	hope
hành	onion	ít thôi	just a little
hành khách	passenger	kem	ice cream
hành lý	luggage	kém hơn	worse
hay	or	kẹo bánh	confectionery
hè	summer	kết hôn	married
hội, hội hè	festival	kia	that
hộp đêm	night club	kia đó	there, over there
hiểu	understand	kiếm	look for, to
hiện	at present, now		search, seek
hiện nay	now, at present	kính chào	polite way to say
hiện tại	now		'hello'
hiện đại	modern	kinh tế	economy,
hiệu	shop		economics,
hưởng	enjoy		economical
hệ thống	system	kỹ	carefully
hứng thú	interesting	khá lắm	quite well
hoa	flower	khả năng	ability, resource
hoa trái	fruit	khác	different, other
hoà bình	peace	khách quí	honour, (distin-
hoa sen	shower (note:		guished) guest
	douche is also	khách sạn nổi	floating hotel
	used)	khách sạn	hotel
hoa đào	peach flower	khai vị	start to eat
hoan nghênh	welcome	khát	thirsty
học	to learn, study	khay	tray
hoạc	or	khen	praise, commend
hút thuốc	smoke	khéo	skilful, clever,
huống chi	more or less		keen
hồ	lake	khứ hồi	two ways, return
hồi phục, hồi sinh	recover, survive	khó	difficult
hạ	summer	khói	smoke
hạng	class, category,	khối lượng	volume, amount
	kind, quality	không	no, not, don't
hầu bàn	waiter, waitress		(question or
hầu phòng	room service		negative
hơi một chút	a little bit		marker)
hơn	more	không khí	air

không sao	it doesn't matter	**luôn luôn**	always
khoản	term, item, sum	**ly (cốc)**	glass
khoảng chừng	about,	**lịch sử**	history
	approximately	**lịch sự**	polite, elegant,
khu phố	district		urbane, decent
khuyên	advise	**lạc quan**	optimistic
khủng hoảng	crisis	**lạnh**	cold
khủng khiếp	terrible	**lấy chồng**	married (*used by*
khuya (đêm	late at night		*women*)
khuya)		**lấy vợ, cưới vợ**	married (*used by*
khăn	flannel		*men*)
khăn rửa mặt	towel	**lần**	time, turn
khởi hành	departure	**lộn lộn**	mix with, confuse
lù	to be	**lậu thuế**	evade taxation
lái xe	drive a vehicle	**lắm**	very
lãi	profit, interest	**lý**	physics
làm	to do, work,	**lớn**	big, elder
	make	**mà**	but, however
làm cơm	make, cook	**mà cả, mặc cả**	bargain
	dinner	**mỉm cười**	smile
làm quen	make	**mát**	cool
	acquaintance	**mau**	fast, quick
làm việc	to work	**mâu thuẫn**	conflict,
làm ăn vất vả	work hard		contradiction
lát nữa	later, after a	**máy**	a machine
	while	**may**	lucky
lát nữa	later on, in a few	**máy ảnh**	camera
	minutes	**máy bay**	aeroplane
lâu	long, a long time	**máy chữ**	typewriter
lên xe	get in car	**may mắn**	lucky
lên	up, go up, get in	**máy tính**	calculator
lên cân	put on weight	**máy điều hoà**	air conditioning
liên hệ	contact	**nhiệt độ**	
liệu	probably will	**(máy lạnh)**	
	(*for question*)	**máy điện tử**	computer
lương	salary, wages	**một chiều**	one way, single
lược	comb	**một lần**	once
lượt	turn, time	**một mình**	alone
loạn	violent	**miền**	district, area,
Luân Đôn	London		part
lúc thì	sometimes	**mình**	I, me, alone, by
lúc, lúc nào	when, what time		oneself

mình em thôi	only yourself	nhỉ	*question tag*
mèo	cat	nhỏ	small
mệt	tired	nhỏ hơn	smaller
món	dish (*of a meal*)	nhà khách	guest house
môn học	subject for study	nhà kinh tế học	an economist
môtô	motorcycle	nhà máy	factory
muà	season	nhà mình	our house, home
mua	buy	nhà nước	state,
mua bán	shopping (buy		government
	and sell)	nhà tư bản	capitalist
mua giùm	help (me)to buy	nhà vệ sinh	toilet
mua giùm	buy or buy for	nhà văn	writer
	(me)	nhà ăn	restaurant
muá rồng	dragon dance	nhỏ, bé	small
muộn	late	nhà	*used to indicate a*
mừng	happy, pleased		*person*
mỗi khi	each time,	nhân dân	people, nation
	whenever	nhà ngoại giao	diplomat
mùi xoa, khăn tay	handkerchief	nhân tiện	on the same
muốn	want		occasion
muỗng, thià	spoon	nhẹ	light, low
mảnh mai	slim	nhiều	much, many
mạnh giỏi,	fine, well	như trước	as before,
mạnh khỏe			previously
mạnh khoẻ	well	như vậy	so that, so
mất	loose, to miss	nhưng	but
Mỹ (Hoa kỳ)	United States	nhất	the first
mơ ước	dream, hope	nhất định	certainly
mới . . . thôi	just, only	nhập khẩu	import
nam	south	Nhật	Japan, Japanese
nạn	disaster, plague	nhắc lại	repeat
nào	which, what	nhớ	remember, miss
này	this	nhờ	ask for
nội điạ	domestic,		something
	internal	nền	classifier (*for*
nên	should		*economy,*
ngôn ngữ	language		*industry, etc.*)
nước chè	tea	nước	water, country
nhà	house, building,	nước hoa qủa	fruit juice
	room	nước Pháp	France
nhỏ	small	nước đá	ice
nhanh mau	fast, quick	nó	it

nói	speak	người	person
nói chung	generally speaking	người (nhà) kinh doanh, người buôn bán	business person
nói chuyện	to talk, chat		
nói lung tung	talk nonsense	người bán hàng	seller
nổi tiếng nhất	the most famous	người khách	guest
nói vui	joke	người mình	our people
nói dối	tell a lie	người phục vụ bàn	waiter, waitress
nóng	hot		
nông thôn	countryside	người quản lý	manager
nuôi	feed, bring up	người thân	relative
nấu	cook	người theo chủ nghĩa xã hội	socialist
nấu ăn	to cook		
nấu cơm	make, cook dinner	người yêu	boyfriend, girlfriend
năm	five	người Pháp	French
năm	year	ngoan	nice, obedient
năm mới	new year	ngồi	sit
nằm	lie down	ngôi nhà	building, house
nặng	heavy, serious	ngon	delicious, tasty, appetizing
ngành dịch vụ	service		
ngành dầu mỏ	oil industry	ngon miệng	good appetite
ngay	immediately, at once, right away	nguyên đán	early morning of new year
ngày	day	ngồi	sit down
ngay bây giờ	right now, at this moment	ngủ	to sleep
		ngủ ngon	sleep well
ngày nghỉ	day off, relaxing day, holiday	ông	Mr
		ông bà	you (for a married couple)
ngay trong cửa hàng	even in the shop	ô ten	hotel
		ô tô	car
nghĩ	think	ở	in, at
nghỉ	rest, relax, have time off	ở đây	in here
		ở kia	there, over there
nghỉ ngơi	relax, rest, holiday	ở đó	there, over there
		ở lại	stay
nghỉ phép	holiday	ở đâu	where
nghề nghiệp	occupation, profession	ở đây	in here
		ồn ào	noisy
nghĩa	mean, meaning	pha cà phê	to make coffee
nghĩa là	it means that	phát triển	develop

phi trường	airport	rượu gạo	rice wine
phích	Thermos flask	rẻ	cheap
phiên dịch	interpreter, translator	rồi	already, then, after that
phiền	*polite way of asking someone to do something*	rủi	unlucky, misfortune
		rạp chiếu bóng	cinema
phim	film	rất	very
phụ trách sân bay	manager (at airport)	rắc rối	be complicated, confused
phương tây	west, western	sẽ	will
phương tiện	facilities	sân	the court of a building or yard
phòng dạ hội	night club		
phòng học	classroom	sân bay	airport
phòng khách	sitting room	sân quần vợt	tennis court
phòng ăn	dining room	sang	come, go
phòng ngủ	bedroom	sang nhất	the most luxurious
phong tục	custom		
phong tục tập quán	custom, habit	sáng tạo	create
		sành	experienced, expert
phòng tắm	bathroom		
phố	street, road	sau	next
phải phải rồi, phải rồi	yes, right	sau này	later, in the future
quá	so, too, very, excessively	sau đây	after that, afterward
quá khứ	past	sinh	born, create
quán rượu	bar	sử học	study of history
quản lý	manager	so với	compare with
quan tâm	concern, care	sữa	milk
quan trọng	important	số	number
quân đội	army	số điện thoại	telephone number
quanh	around		
quê hương mình	homeland	sống	to live
quên	forget	sống một mình	live alone
quốc tịch	nationality	suốt	through
quyển sách	book	suy thoái	recession
quận	district	sự giúp đỡ	help
ra tận cửa	go out to the door	sản xuất	produce
		sắp đến	come soon
rộng	large	săn (sàng)	ready, at hand, already
rượu	wine		

sỹ quan	military officer	toa nằm	sleeping car
sớm	early	toán	maths
sớm hơn	earlier	tôi	I
sợ	to be frightened	tôi cũng vậy	so am I, me too
ta	we	tổng hợp	general,
tách	cup		universal
tài	ability, capacity,	trà	tea
	capable	trai	male
tàu buôn	merchant ship	trái phép	illegally
tàu hoả	railway train	tràn ngập	flood
tàu thuỷ	ship	trao đổi	exchange,
tây	west, western		exchange views
Tây ban Nha	Spain, Spanish	trễ giờ, trễ	late
tên	name	trên	on, above,
Tết	Vietnamese new		upstairs
	year, festival	trêu	tease
tiếng	language	trị giá	worth, value
tiếng Anh	English language	Triều Tiên	Korea
tiếng	hour	trước	last, before, in
tiền	money, currency		front, in the
tiệc	party, dinner,		front
	feast, banquet	trước đây	before,
tính	to count		previously
tình cảm	feeling, emotion	trường	school, college
tiệm hớt tóc	hairdresser's,	trường đại học	university
	barber's (lit.	trường phòng	head of the
	shop cut hair)		office
tiệm rượu	bar	trong	during
tiện	convenient	trông	to look at, see,
tư bản	capitalist		depend
tư cách	quality, person-	trông	to look (as in 'it
	ality, dignity		looks nice')
tư nhân	private	trong	inside, in
tương lai	future	trong lành	fresh
tệ hơn	worse	Trung Quốc	Chinese
từ . . . đến	from . . . to	trung tâm	centre, in the
từng thứ một	each item		middle
tổ chức	organize	trung tâm	city centre
tổ quốc	fatherland	thành phố	
to	big	truyền thống	tradition,
toa ngồi	carriage (i.e.		traditional
	non-sleeper)	trực tiếp	directly

trời ơi	goodness, Good Heavens	**tờ báo**	newspaper
trở lại	return, come back	**thà rằng**	better, rather
		thể thao	sport
trở thành	become, to be	**Thái Lan**	Thai
trở về	return	**tham chiến**	take part in the war
tốc hành	express (*lit.* going fast)	**tham dự**	attend
tối	evening, night	**thân nhân**	relatives
tốn	spend, to use	**thất thu**	lose, fail to collect
tổng thống	president	**tăng**	increase
tuổi	year of age	**thuyền đánh cá**	fishing boat
tốt	good	**tháng**	month
tốt bụng	kind, nice	**tháng ba**	March
tốt hơn cả	it is the best	**tháng giêng**	January
tốt lành	good fortune, happiness	**tháng hai**	February
		tháng chạp	December
tốt quá	that's good	**tháng mười hai**	December
tốt rồi	Oh good, OK now	**tháng tám**	August
		tháng tư	April
tuyệt	lovely, wonderful	**tháng mười một**	November
tuần	week	**tháng một**	November
tuỳ	depend on, up to, subject to	**tháng bảy**	July
		tháng sáu	June
tuỳ thuộc	depend on	**tháng chín**	September
TV (Tivi)	TV	**tháng năm**	May
tồi tệ	very bad	**tháng mười**	October
tự do	freedom	**tháng sau**	next month
tự giới thiệu	to introduce oneself	**thành phố**	city, town
		thành phố cảng	seaport
tất cả	all, total, together	**thày giáo**	teacher
		thế giới	world
tất cả	everyone, everything, all	**thế nào**	how, what
		thế thì	in this case
tất cả	all, everything	**thèm**	desire
tất niên	new year	**thêm**	more, to add, have some more
tắm	to have a bath, bathe		
tới	come	**theo**	follow
tờ	classifier for paper, newspaper	**thì**	then
		thì sao	what about, how about

thi đỗ	pass exams	thăm	visit, see
thích	to like	thời gian	time
thiếu gì	not short of	thời tiết	weather
thư thả	no hurry, take it	ưng	like, to be fond of
	easy, take it	và	and
	slowly	va-li	case
thưa	polite form of	vào	come in
	address,	vào bài học	begin the lesson
	particle used to	vào lúc	at that time, when
	make what you	vào	get in car
	say polite	vội, vội vàng	hurry, rush
thương gia	business man,	vé	ticket
	business person	về đến	come, go, come
thường(là)	usually, often		back, go back,
thường hay	often, frequently		arrive
thứ ba	Tuesday	viên chức	official
thứ bảy	Saturday	viên chức ngoại	diplomat
thứ gì	what, whatever	giao	
thứ hai	Monday	Việt	Vietnam,
thứ lỗi, tha lỗi	sorry, forgive		Vietnamese
thứ nhất	the first	Việt Nam	Vietnam,
thứ năm	Thursday		Vietnamese
thứ sáu	Friday	vừa . . . vừa	both . . . and
thứ tư	Wednesday	vườn	gardens
thứ uống	kind of drink	vừa lúc ấy	just at that
thôi	just, only, that is,		moment
	OK	vô tuyến truyền	telecom
thói hư	bad habit	thông	munications
thông minh	clever, intelligent	vô vàn	too many,
thoải mái	freely, easily		innumerable
thuê	hire	voi	elephant
thuốc gội đầu	shampoo	vui, vui mừng	happy, pleased
thuốc lá	cigarette	vốn	capital, money
thuốc đánh răng	toothpaste	vất vả	to be hard, difficult
thuyền	boat	vẫn	still
thực đơn	menu	vậy à	I see
thịt	meat	văn học	literature
thấp	short, low	văn phòng	office
thất nghiệp	unemployed,	văn phòng phẩm	stationery
	jobless	với nhau	with each other
thấy	see, feel	với tư cách là	as (in the capacity
thật giá	real price		of)

vợ	wife	**xin**	please may I (*lit.* beg), apply
xa	far		
xà phòng	soap	**xin lỗi**	Excuse me
xây dựng	build	**xin mời**	please (*lit.* to beg to invite)
xây dựng lại	rebuild		
xe buýt	bus	**xin phép**	to have permission
xe hơi	car	**xuân**	spring
xe lam	minibus	**xả hơi**	relax
xe lửa	railway train	**xong**	finish, end, over
xe máy	motorcycle	**xơi cơm**	have dinner
xe đò	coach	**Ý**	Italy, Italian
xe riêng	private car	**ý kiến**	opinion, idea
xem	to see, look, watch	**yên tĩnh**	quiet
		yêu	love
xem suốt lượt	look at everything	**yêu cầu**	demand, ask
xích lô	rickshaw	**yêu dấu**	popular (cherished)

English–Vietnamese glossary

a little bit	hơi một chút	also, too	cũng
a lot, too many	hàng đống	although, even so,	dù sao
ability, capacity,	tài	anyway	
capable		always	luôn luôn
ability, resource	khả năng	amount, volume	khối lượng
able to, can	được	ancient	cổ kính
about	độ	and	và
about,	khoảng chừng	April	tháng tư
approximately		area, district	miền
add, have some	thêm	army	quân đội
more		around	quanh
advice,	chỉ dẫn	article	bài viết
information		as (in the	với tư cách là
advise	khuyên	capacity of)	
advise, give advice	chỉ bảo	as before,	như trước
aeroplane	máy bay	previously	
after that,	sau đây	ask for something	nhờ
afterwards		ask someone to	cho đưa
agree	đồng ý	bring	
air	không khí	at present, now	hiện
air conditioning	máy điều hoà	at the time of,	vào lúc
	nhiệt độmáy	when	
	lạnh	attend	tham dự
airport	sân bay, phi	attend, be present	dự
	trường	August	tháng tám
all, everything	tất cả	autumn	thu
alone	một mình	banana	một qủa chuối
alone, by oneself	mình	bar	quán rượu,tiệm
along	dọc theo		rượu
already	đã sẵn sàng, rồi	bargain	mà cả,mặc cả
also	còn	bath	bồn tắm

bathroom	**buồng tắm**	business person	**người (nhà) kinh**
be	**là**		**doanh, người**
beautiful	**đẹp**		**buôn bán,**
become, to be	**trở thành**		**thương gia**
bed room	**buồng ngủ**	busy	**bận**
bedding (*lit.*	**chăn màn**	but	**mà**
'blanket',		but	**nhưng**
'mosquito net')		buy	**mua**
beer	**bia**	buy *or* buy for	**mua giùm**
before, in front	**trước**	(me)	
before,	**trước đây**	cadre, official	**cán bộ**
previously		calculate	**tính**
belong to	**của**	calculator	**máy tính**
belong to,	**cuả**	call, name	**gọi**
property,		call, order	**gọi**
belongings		camera	**máy ảnh**
besides, further-	**hơn nưã**	capital, money	**vốn**
more		car	**xe hơi, ô tô**
better, rather	**thà rằng**	careful	**cẩn thận**
big	**to, lớn**	carefully	**kĩ**
big, elder	**lớn**	carry, take,	**bưng**
black	**đen**	bring	
boat	**thuyền**	case	**va-li**
book	**quyển sách**	cash money,	**lĩnh tiền**
born	**sinh**	have salary	
boss, manager,	**chủ**	cat	**mèo**
owner		centre, in the	**giữa, trung tâm**
both	**cả hai**	middle	
both . . . and	**vưà . . . vưà**	certainly	**nhất định**
bottle	**chai**	chair	**ghế**
boulevard	**đại lộ**	chance, oppor-	**dịp**
boyfriend,	**người yêu**	tunity, occasion	
girlfriend		cheap	**rẻ**
British	**Anh**	chicken	**một con gà**
brush	**bàn chải**	Chinese	**Trung Quốc**
buddha	**đức phật**	Chinese character	**chữ Trung Quốc**
buddhism	**đạo phật**	choose	**chọn**
build	**xây dựng**	cigarette	**thuốc lá**
building, house	**ngôi nhà**	cinema	**rạp chiếu bóng**
bus	**xe buýt**	city centre	**trung tâm thành**
business man	**thương**		**phố**
	gia	city, town	**thành phố**

class, category, kind, quality	hạng	create	sinh, sáng tạo
		crisis	khủng hoảng
classroom	phòng học	cup	tách
clever, intelligent	thông minh	custom, habit	phong tục tập
close to	gần		quán
coach	xe đò	customs	hải quan
coconut milk	nước dừa	daughter, girl, female child	cháu gái, con gái
coffee	cà phê		
cold	lạnh	day	ngày
comb	lược	day off, relaxing day, holiday	ngày nghỉ
come	tới		
come in	vào	December	tháng chạp
come late, be late	đến chậm	delicious, tasty or good	ngon
come soon	sắp đến		
come, arrive	đến	demand, ask	yêu cầu
come, go	sang	department store	cửa hàng bách hóa
come, go, come back, go back, arrive	về, đến		
		departure	khởi hành
		depend on	tùy thuộc
company	công ty	depend on, up to, subject to	tùy
compare with	so với		
complicated, confused	rắc rối	desire	thèm
		develop	phát triển
computer	máy điện tử	developed	đã phát triển
concern, care	quan tâm	developing	đang phát triển
confectionery	kẹo bánh	developing countries	các nước đang phát triển
conflict, contradiction	mâu thuẫn		
		development	phát triển
congratulations, wish happiness	chúc mừng	die	chết
		different, other	khác
contact	liên hệ	difficult	khó
convenient	tiện	dining room	phòng ăn
cook	nấu	diplomat	viên chức ngoại giao, nhà ngoại giao
cool	mát		
cooperate	hợp tác		
correct, right, exactly	đúng	directly	trực tiếp
		director, manager, head, chairman	chủ nhiệm
country	đất nước		
country	nước	disaster, plague	nạn
countryside	nông thôn	dish (*of a meal*)	món
court (*of a building or yard*)	sân	disregard	chẳng thèm
		distance from	cách

district	khu phố, quận	expensive	đắt
district, area, part	miền	experienced,	sành
do, work, make	làm	expert	
dog	một con chó	explain	giảng nghĩa
document	giấy tờ	express (*lit.*	tốc hành
domestic, internal	nội địa	'going fast')	
door	cửa (ra vào)	facilities	phương tiện
dragon dance	muá rồng	factory	buồng ăn
dream, hope	mơ ước	false goods	hàng giả
drive (*a vehicle*)	đánh xe, lái xe	family	gia đình
during	trong	famous	nổi tiếng
earlier	sớm hơn	far	xa
each item	từng thứ một	fast, quick	chóng, nhanh,
each time,	mỗi khi		mau
whenever		fatherland	tổ quốc
early	sớm	February	tháng hai
early morning of	nguyên đán	feed, bring up	nuôi
new year		feel guilty	cảm thấy có lỗi
earth, soil	đất	feeling, emotion	tình cảm
easy	dễ	female	gái
eat	ăn	festival	hội, hội hè
economical	kinh tế	film	phim
economist	nhà kinh tế học	fine, well	mạnh giỏi, mạnh
economy,	kinh tế		khỏe
economics,		finish, end, over	xong
economic		fire crackers	đốt pháo
education	giáo dục	first	đầu tiên
elephant	voi	first year	năm thứ nhất
Embassy	đại sứ quán	fish	một con cá
English language	Anh ngữ = tiếng	fishing boat	thuyền đánh cá
	Anh	floating hotel	khách sạn nổi
enjoy	hưởng	flood	tràn ngập
enough, sufficient,	đủ	flower	hoa
adequate		follow	theo
evade taxation	lậu, trốn thuế	fly	bay
even so, although	dù sao	fond of, like	ưng
evening, night	tối	for	cho
everyone,	tất cả	foreign goods	hàng ngoại
everything, all		Foreign Ministry	Bộ ngoại giao
exactly	chính xác	forget	quên
excessively, too	quá	France	nước Pháp
excuse me!	xin lỗi	freely, easily	thoải mái

French	ngừơi Pháp	goodness, Good Heavens	trời ơi
fresh	trong lành	goods	hàng
Friday	thứ sáu	government	chính phủ mình
friend	bạn	grandparents	cố nội
frightened	sợ	grass	cỏ
from . . . to	từ . . . đến	greet, hello	chào
fruit juice	nước hoa quả	greet, congratulate	chúc mừng
future	tương lai	guest	người khách
gardens	vườn	guest house	nhà khách
general, universal	tổng hợp	guide, take, conduct	dẫn
generally speaking	nói chung		
German	Đức	guide, lead	dẫn
get in a car	vào, lên xe	hairdresser's, barber's	tiệm hớt tóc
get up	dạy		
give up smoking	cai thuốc	handkerchief	mùi xoa, khăn tay
glass	cốc		
glutinous rice	gạo nếp	handsome	đẹp trai
go	đi	happy, glad pleased	vui, mừng, vui mừng
go by car	đi ô tô		
go by plane	đi máy bay	hard, difficult	vất vả
go for a walk, out, to play	đi chơi	hate, dislike	ghét
		have a meal (*lit.* 'eat rice')	ăn cơm
go out to the door	ra tận cửa		
go out, get out	đi ra	have dinner	xơi cơm
go shopping (**mua** buy, **bán** sell)	đi mua bán	have dinner in restaurant	ăn hiệu
		have peace of mind, do not worry	an tâm
go to bed (sleep)	đi ngủ		
go to study, to school	đi học		
		have, yes	có
go to the market, go shopping	đi chợ	have a bath, bathe	tắm
		to have free time, to be free	được rỗi
go to work	đi làm		
go up	đi lên	to have permission	xin phép
good	tốt	head of an office	trưởng phòng
good, clever	giỏi	heavy, serious	nặng
good appetite	ngon miệng	help	sự giúp đỡ
good fortune, happiness	tốt lành	help	giúp, giùm
		help, assist	đỡ
good, skilful, clever	giỏi	here, this	đây
		here, in here	đây, ở đây
good, delicious, nice, tasty	ngon		

hesitate	do dự	in, at	ở
high, tall	cao	in, inside	trong
hire	thuê	including,	cả
history	lịch sử	both . . . and	
hold, take	cầm	independent,	độc lập, tự do,
holiday	nghỉ phép	freedom,	dân chủ
homeland	quê hương mình	democracy	
honest, correct,	đứng đắn	inside, in	trong
serious		intend, plan	định
honour, (distin-	khách quí	interesting	hứng thú
guished) guest		international	chuyến bay quốc
hope	hy vọng	airlines	tế
hot	nóng	interpreter,	phiên dịch
hot, hot stuff	cay	translator	
hotel	khách sạn, ô ten	introduce	giới thiệu
hotel	khách sạn	introduce oneself	tự giới thiệu
hour	tiếng	it	nó
hour, o'clock	giờ	it doesn't matter	không sao
house, building	nhà	it means that	nghiã là
or room		Italy, Italian	Ý
how long	bao lâu	January	tháng giêng
how much, many	bao nhiêu	Japan, Japanese	Nhật
how, what	thế nào	joke	nói vui
hurry, rush	vội, vội vàng	July	tháng bảy
husband	chồng	June	tháng sáu
I	tôi	just a little	ít thôi, chút xíu
I, me	mình	just at that moment	vừa lúc ấy
ice	nước đá	just, only	mới . . . thôi
ice cream	kem	just, only, that	thôi
idea, opinion	ý kiến	is, OK	
ignorant	đại dốt	keep slim	giữ người cho
illegally	trái phép		mảnh mai
immediately, at	ngay	keep, hold, stay	giữ
once, right		key	chìa khóa
away		kill, destroy	chém giết
import	nhập khẩu	kilometre	cây số
important	quan trọng	kind of drink	thứ uống
increase	tăng	kind, nice	tốt bụng
in here	ở đây	kitchen	bếp
in the back	đằng sau	know	biết
in the front	đằng trước,	Korea	Triều Tiên
	trước	lake	hồ

language	tiếng	make, cook dinner	làm cơm, nấu cơm
large	rộng		
last	trước	make acquaintance	làm quen
late	trễ giờ	make coffee	pha cà phê
late	trễ, muộn, chậm	make the house tidy	dọn dẹp nhà cửa
late at night	khuya, đêm khuya	make yourself at home	xin cứ tự nhiên
later on, in a few minutes, later, after a while	lát nữa, chốc nữa	male	trai
		manager	chủ nhiệm, quản lý, chủ, người quản lý, (ông quản lý)
later, in the future	sau này		
to learn, study	học		
leave for another time	để khi khác	manager (at airport)	phụ trách sân bay
lemon	một quả chanh		
lesson	bài học	or	giám đốc sân bay
lie down	nằm	March	tháng ba
light, low	nhẹ	market	chợ
like that	như vậy	married	kết hôn
like, to be fond of	ưng	married (used by men)	lấy vợ, cưới vợ
like	thích		
literature	văn học	married (used by women)	lấy chồng
live	sống		
live alone	sống một mình	maths	toán
London	Luân Đôn	May	tháng năm
long, a long time	lâu	may be, possible, could be, can	có thể
look (as in 'it looks nice')	trông		
		meal, dinner	cơm nước
look at, see, depend	trông	mean, meaning	nghĩa
		meat	thịt
look at	xem suốt lượt	meet	gặp
look for, to search, seek	kiếm	meeting	cuộc họp
		menu	thực đơn
lose, to miss	mất	merchant ship	tàu buôn
lose, fail to collect	thất thu	military officer	sĩ quan
love	yêu	milk	sữa
lovely, wonderful	tuyệt	minibus	xe lam
lucky	may mắn	Ministry of Education	Bộ Giáo Dục
luggage	hành lý		
lunar calendar	âm lịch	mirror	gương
luxurious	sang	Miss	cô
machine	máy	miss	cô nương

mix with, confuse	lẫn lộn	October	tháng mười
modern	hiện đại	of course, certainly	dĩ nhiên rồi
Monday	thứ hai	office	văn phòng
money, currency	tiền	office, body,	cơ quan
month	tháng	organ,	
more	hơn, thêm	organization	
more or less	huống chi	official	cán bộ, viên chức
more . . . more	càng	often, frequently	thường, thường
motorcycle	xe máy (môtô)		hay
Mr	ông	oil industry	ngành dầu mỏ
Mrs	bà	old	cũ
much, many	nhiều	old friend	bạn cũ
music	âm nhạc	on the same	nhân tiện
name	tên	occasion	
nationality	quốc tịch	on time	đúng giờ
near	gần	on, above, upstairs	trên
nearly as, nearly	gần như	once	một lần
the same		one way, single	một chiều
necessary, need	cần thiết	onion	hành
need	cần	only	chỉ . . . thôi
nephews, nieces,	các cháu	optimistic	lạc quan
grandchildren		or	hoặc, hay
New Year	năm mới, tất	orange	một quả cam
	niên	organize	tổ chức
newspaper	báo, tờ báo	paper	giấy
next	sau	parents	cha mẹ
next door, near to	bên cạnh	party, dinner,	tiệc
nice, obedient	ngoan	feast, banquet	
night club	phòng dạ hội,	pass exams	thi đỗ, đậu
	hộp đêm	passenger	hành khách
noisy	ồn ào	past	quá khứ, dĩ vãng
north	bắc	pay attention	để ý
not at all	có gì đâu	peace	hoà bình
not only	chẳng cứ, chẳng	pen	cái bút
	cứ gì	people	người mình
not short of	thiếu gì	people, nation	dân tộc
November	tháng mười một	people, nation	nhân dân
now	hiện tại, bây giờ	perhaps, may be	có lẽ
now, at present	hiện nay	person	người
number	số	personal objects	đồ dùng cá nhân
occupation,	nghề nghiệp	(pen, comb, etc.)	
profession		pessimistic	bi quan

physics	lý	pure, unmixed, simply	đơn thuần
pineapple juice	nước dứa	push, hang around (wait)	đẩy
plate	đĩa	put on weight	lên cân
pleasant, comfortable	dễ chịu	qualification	bằng cấp
please (*lit.* 'to beg to invite')	xin mời	quality, personality, dignity	tư cách
please may I (*lit.* 'beg'), apply	xin	quiet	yên tĩnh
pleased, honour	hân hạnh	quite well	khá lắm
policy	chính sách	railway train	tàu hoả, xe lửa
polite, elegant, urbane, decent	lịch sự	read	đọc
polite, decent, courteous	lịch sự	ready, at hand, already	sẵn(sàng)
political party	chính đảng	real goods	hàng thật
political power	chính quyền	real price	thật giá
political views	chính kiến	really? is it possible?	chả lẽ, chẳng lẽ
politican	chính khách		
politics	chính trị	rebuild	xây dựng lại
popular (*cherished*)	yêu dấu	receipt	biên lai
		recession	suy thoái
population	dân số	recover	hồi phục
pot of Chinese tea	ấm chè tàu	recover, survive	hồi sinh
prepare dinner, lay table	dọn cơm	relative	người thân
		relatives	thân nhân
prepare, to be ready	chuẩn bị	relax	xả hơi
		relax, rest, holiday	nghỉ ngơi
president	tổng thống	remember, miss	nhớ
price	giá	repeat	nhắc lại
praise *or* commend too much	quá khen	rest, relax, have time off	nghỉ
		restaurant	nhà ăn
private	tư nhân	return	trở về
private car	xe riêng	return, come back	trở lại
probably	chắc	rice wine	rượu gạo
probably, may be	chắc là	rice, cooked rice	cơm
probably will (for question)	liệu	rickshaw	xích lô
		right now, at this moment	ngay bây giờ
produce	sản xuất		
professor	giáo sư	room	buồng
profit, interest	lãi	room service	hầu phòng

row of shops, stores	dãy hàng	smoke	hút thuốc, khói
sad, boring	buồn	smuggle	buôn lậu, chở lậu
salary, wages	lương	smuggled goods	hàng lậu
Saturday	thứ bảy	smuggler	dân buôn lậu
say, speak	nói	so	như vậy
school teacher	giáo viên	so am I, me too	tôi cũng vậy
school, college	trường	so that	như vậy
seaport	thành phố cảng	so that, in this case	thế thì
seaside	bãi biển	so, too, very	quá
season	mũa	soap	xà phòng
secretary (*i.e.*	bí thư	socialist	người theo chủ nghĩã xã hội
diplomat)		solar calendar	dương lịch
see	vậy à	solve, settle	giải quyết
see, feel	thấy	sometimes	lúc thì
see, look, watch	xem	son	con trai
seller	người bán hàng	sorry, forgive	thứ lỗi, tha lỗi
send	gửi	south	nam
September	tháng chín	souvenir	đồ kỉ niệm
service	ngành dịch vụ	speak	nói
shampoo	thuốc gội đầu	Spain, Spanish	Tây ban Nha
ship	tàu thủy	spend, to use	tốn
shop	hiệu	spoon	muỗng, thìa
short, low	thấp	sport	thể thao
should, ought	nên	spring	xuân
show, point out, indicate	chỉ	spring roll (*meat*)	chả nem, chả giò
		start to eat	khai vị, bắt đầu ăn
shower	hoa sen		
silly	dở hơi (cám hấp)	state, government	nhà nước
silly, naive	dại	station	ga
sit, sit down	ngồi	stationery	văn phòng phẩm
sitting room (guest room)	phòng khách, buồng khách	stay	ở lại
skilful, clever, keen	khéo	still	vẫn
		stomach	bụng
sleep	ngủ	stop	dừng lại, đỗ
sleep well	ngủ ngon	story, conversation	câu chuyện
sleeping car	toa nằm	street, road	phố
slim	mảnh mai	strong (*of tea*)	đặc
slowly	chậm	study of history	sử học
small	nhỏ, bé	subject for study	môn học
smile	mỉm cười	sugar	đường
		summer	hạ, hè

Sunday	chủ nhật	think	nghĩ
sure, secure	chắc chắn	thirsty	khát
sustain, bear,	chịu	this	đây, này
accept		through	suốt
swim	bơi	Thursday	thứ năm
swimming pool	bể bơi	ticket	vé
system	hệ thống	time	thời gian, giờ
table	bàn	timetable	bảng chỉ giờ
take by mistake	cầm nhầm	time, turn	lần
take to, transfer,	chuyển về	tired	mệt
move to		toilet	nhà vệ sinh
talk, chat	nói chuyện	too many,	vô vàn
talk nonsense	nói lung tung	innumerable	
taxation	đánh thuế	too, also, as well	cũng
tea	chè, trà, nước chè,	toothbrush	bàn chải đánh
	trà		răng
teacher	thầy giáo	toothpaste	thuốc đánh răng
tease	trêu	tourism	du lịch
tele-	vô tuyến truyền	towel	khăn
communications	thông	tradition,	truyền thống
telephone	gọi điện thoại	traditional	
telephone number	số điện thoại	travel by sea	đường biển
tell, say	bảo	tray	khay
tell a lie	nói dối	try very hard	cố
tennis court	sân quần vợt	Tuesday	thứ ba
term, item, sum	khoản	turn, time	lượt
terrace, shop,	gian hàng	TV	TV (Tivi)
store		two ways, return	khứ hồi, hai
terrible	khủng khiếp		chiều
Thai	Thái Lan	typewriter	máy chữ
thank you	cảm ơn	uncle, younger	cậu
that	ấy, kia	brother of	
that's good	tốt quá	mother, you	
that's why	chính vì vậy	understand	hiểu
that, those	ấy	unemployed,	thất nghiệp
then	thì	jobless	
then, after that,	rồi	United States	Mỹ (Hoa kỳ)
already		university	trường đại học
there, over there	kia, ở kia, đó, ở	unlucky,	rủi
	đó	misfortune	
thermos flask	phích	up, go up, get in	lên
thing	điều	up, to rise, increase	lên

use	dùng	what about? how about?	thì sao?
usually, often	thường(là)		
value, worth	trị giá, giá trị	what else?	gì nữa
very	quá, rất, lắm	whatever	thứ gì
very bad	tồi tệ	what?	cái gì, gì
very good, very well, excellent	giỏi	when, what time	lúc, lúc nào
		where	ở đâu, đâu
victory	thắng	which, what	nào
Vietnam	Việt Nam, Việt	who	ai
Vietnamese	Việt Nam, Việt	wicked, malicious, vicious, bad	dữ
Vietnamese currency	đồng		
		wife	vợ
Vietnamese new year, festival	Tết	will	sẽ
		wine	rượu
violent	loạn	winter	đông
visit, see	thăm	word	chữ
waiter, waitress	người phục vụ bàn, hầu bàn	work	làm, làm việc
		world	thế giới
wake someone up	đánh thức	worse	tệ hơn, kém hơn
want	muốn	worship ancestors	cúng tổ tiên
war	chiến tranh	writer	nhà văn
watch	xem	year	năm
water, country	nước	year of age	tuổi
we	bọn tôi	year, five	năm
we, us	ta, chúng tôi, chúng ta, chúng mình	yes, right	phải, phải rồi
		yes, to have, to be (followed by adjective)	có
weather	thời tiết		
Wednesday	thứ tư	you (plural)	các vị
week	tuần	you (for a married couple)	ông bà
welcome	hoan nghênh		
well	mạnh khoẻ	youngest child	con út
west, western	tây, phương tây		